Một sự hoàn chỉnh Sách hướng dẫn chế độ ăn dựa trên thực vật

100 công thức nấu ăn bổ dưỡng, lành mạnh và ngon miệng cho mọi bữa ăn

Trọng Vĩnh

Mục lục

GIỚI THIỆU..8

CÔNG THỨC ĂN SÁNG..9

1. Mứt mâm xôi hoặc việt quất khuấy lạnh..............................9

2. Sinh tố Ringlotten với hạt cây gai dầu..............................11

3. Sinh tố thảo mộc..13

4. Kokos-Shake...15

5. Sinh tố chuối Nutella...17

6. Sinh tố vitamin...19

7. Sữa đậu nành với dứa tươi...20

8. Sinh tố dâu tây và rau bina...23

9. Bánh mì nướng bơ Frankenstein......................................25

10. Một bát yến mạch nhanh chóng và dễ dàng cho bữa sáng 27

11. Bánh mì nướng bơ hạnh nhân với khoai lang và quả việt quất..29

12. Sinh tố nhiệt đới trong bát...31

13. Yến mạch nêm rau...33

14. Yến mạch bí ngô và gia vị...35

15. Tô sinh tố mùa xuân..37

16. Cháo chay với dâu tây..39

17. Cháo Tsampa chay..41

18. Bánh quế với sốt táo và hạnh nhân................................43

19. Ngũ cốc vani với chuối và quả mâm xôi............................46

20. Bánh pudding gạo vani với táo và quế 48
CÔNG THỨC MÓN TRÁNG MIỆNG 50
21. Món tráng miệng bột semolina cam hấp 50
22. Món tráng miệng kem phô mai mâm xôi 53
23. Mơ nướng với bọt nồi 55
24. Rau thì là hấp 57
25. Món tráng miệng táo nhanh 60
26. Món tráng miệng pudding hạt 62
27. Bánh bao sữa đông với sốt dâu tây 64
28. Bánh táo giòn 66
29. Nuôi chuối 68
30. Siêu thực phẩm trong bánh quy sô cô la 70
31. Kem sô cô la thuần chay 72
32. Sôcôla mousse 4 thành phần 74
33. Bánh chanh đá với dứa và quả việt quất tươi 76
34. Kem gelato sô cô la chip 78
35. Kem bơ đậu phộng và thạch 80
36. Sữa trứng chay 82
37. Cháo Tsampa chay 84
38. Bánh kếp mâm xôi thuần chay 86
39. Cơm nước cốt dừa với kiwi và chuối 88
40. Chuối nướng giòn 90
CÔNG THỨC ĂN NHẸ 92
41. Xiên bánh mì và phô mai 92

42. Cuộn bánh mì nướng..94
43. Bánh mì kẹp thịt gà tây và dưa chuột..............................97
44. Bánh ngô với tôm và atisô..99
45. Bánh sandwich Club với nồi thảo mộc............................101
46. Bánh cuộn strudel với khoai lang.....................................104
47. Snack táo và cà rốt..106
48. Khoai tây chiên giòn..108
49. Bánh mì nướng chay..110
50. Khoai tây chiên giòn..112
51. Sốt táo đỏ và củ cải đường..114
52. Đèn "Halloween" hình quả táo...116
53. Bánh mì nướng bơ hạnh nhân với khoai lang và quả việt quất...118
54. Bánh mì nướng bơ hấp dẫn...120
55. Thanh bí ngô và yến mạch...122
56. Bánh quy yến mạch và táo...124
57. Minisandías ngon tuyệt..126
58. Đậu gà rang...128
59. Bánh quế với sốt táo và hạnh nhân.................................130
60. Dưa hấu lạnh trên que..133
CÔNG THỨC NẤU SÚP..135
61. Súp kem hạt dẻ..135
62. Súp kem bắp cải đỏ và táo..137
63. Tafelspitz sốt mù tạt..140
64. Súp kem rễ trắng...143

65. Súp cải xoong..145

66. Súp khoai tây và su hào..147

67. Canh rau bina và đậu phụ..149

68. Súp bọt củ cải đường..151

69. Nước dùng rau không có muối..153

70. Súp táo-cà rốt-gừng..155

CÔNG THỨC NƯỚC SỐT..157

71. Gnocchi với sốt cà chua và húng quế..157

72. Nước sốt thịt nướng..159

73. Nước sốt thảo mộc lạnh..162

74. Khoai tây nướng sốt xanh..164

75. Sốt cà chua xay nhuyễn..167

76. Nước sốt bí ngô..169

77. Nước sốt ớt bột trái cây..171

78. Sốt cà chua với rau..173

79. Sốt cà chua Tây Ban Nha..175

80. Nước sốt bí đỏ và dừa nóng..177

81. Sốt táo đỏ và củ cải đường..179

82. Nước sốt nam việt quất và cam..181

83. Nước sốt nam việt quất..183

84. Mứt cà chua cay..185

85. Nước sốt tartar thuần chay..187

MÓN ĂN KÈM VÀ MÓN CHÍNH..189

86. Burrito bông cải xanh..189

87. Cà tím và nấm với nước sốt đậu phộng........................191
88. Fettuccine với bông cải xanh và hạt thông....................194
89. Bột làm bánh pizza với bột mì nguyên cám và đậu đen.196
90. Rau bina tỏi..199
91. Khoai lang!..201
92. Khoai tây nghiền tỏi..203
93. Khoai tây nướng nhồi...205
94. Cơm cà ri..208
95. Khoai tây nghiền...210
96. Nhân truyền thống...212
97. Nhân cơm thập cẩm Quinoa...................................214
98. Chảo rau bina và rau củ nhanh..............................216
99. Cơm rang và cà rốt hầm..218
100. Cà ri khoai tây xanh với đậu Hà Lan...................222
PHẦN KẾT LUẬN...225

GIỚI THIỆU

Chế độ ăn dựa trên thực vật không chỉ là một xu hướng mà còn là lối sống bắt nguồn từ sức khỏe, tính bền vững và lòng trắc ẩn. Cho dù bạn đang khám phá chế độ ăn dựa trên thực vật vì lợi ích dinh dưỡng, tác động đến môi trường hay lý do đạo đức, thì cuốn sách dạy nấu ăn này chính là hướng dẫn giúp bạn tạo ra những bữa ăn ngon, thỏa mãn mà không cần sản phẩm từ động vật. Với đầy đủ các loại trái cây, rau củ, ngũ cốc và đậu tươi ngon, những công thức nấu ăn này được thiết kế để cung cấp cho cơ thể bạn các chất dinh dưỡng thiết yếu trong khi vẫn tràn đầy hương vị. Từ bữa sáng thịnh soạn đến món tráng miệng hấp dẫn, bạn sẽ tìm thấy thứ gì đó phù hợp với mọi dịp và khẩu vị. Cho dù bạn là người ăn thực vật dày dạn kinh nghiệm hay mới bắt đầu hành trình của mình, cuốn sách dạy nấu ăn này sẽ giúp bạn khám phá cách nấu ăn từ thực vật ngon và thỏa mãn như thế nào!

CÔNG THỨC ĂN SÁNG

1. Mứt mâm xôi hoặc việt quất khuấy lạnh

Thành phần

- Đối với khoảng 4 ly, á 200 ml:
- 500 g quả mâm xôi hoặc quả việt quất
- 250 g đường hạt mịn
- 1 quả chanh
- 4 muỗng canh nước
- 1 thìa cà phê axit citric (thìa ngang)
- 1 thìa cà phê agar-agar (thìa phẳng)

sự chuẩn bị

1. Đối với mứt mâm xôi hoặc việt quất khuấy lạnh, hãy ướp quả mọng với đường và nước cốt chanh rồi khuấy từ từ bằng máy trộn (móc nhào bột) trong khoảng 30 phút cho đến khi đường tan hoàn toàn.
2. Trộn agar-agar với nước lạnh, đun sôi cùng một ít thịt quả mọng, để nguội bớt rồi đổ vào phần mứt còn lại.
3. Nếu muốn, có thể lọc mứt qua rây trước khi cho vào nhân (vì còn hạt).
4. Mứt có thể được bảo quản trong tủ lạnh trong khoảng 2 tuần và nên sử dụng hết ngay sau khi mở.

2. Sinh tố Ringlotten với hạt cây gai dầu

Thành phần

- 500 ml bơ sữa
- 1 quả xoài
- 1 nắm tóc xoăn
- 2 thìa hạt cây gai dầu
- 1 thìa cà phê chia cùng nhau

sự chuẩn bị

1. Đối với món Ringlotten Shake, hãy gọt vỏ xoài và tách phần thịt ra khỏi lõi. Lấy lõi vòng hàn. Để riêng 2 lọn tóc xoăn.
2. Cho tất cả vào máy xay sinh tố và xay nhuyễn. Khuấy đều với hạt chia. Đổ vào 2 cốc và rắc hạt gai dầu lên trên. Lấy lõi ra khỏi mỗi cốc và đặt vào ống hút, phục vụ và thưởng thức.

3. Sinh tố thảo mộc

Thành phần

- 150 g thảo mộc (nhiều loại, ví dụ như rau mùi tây, hẹ, bạc hà, cần tây)
- 400 ml sữa
- 400 ml sốt kem guma
- 2 muỗng canh dầu ô liu
- 1 quả chanh (nước ép)
- 1 muỗng canh giấm balsamic (trắng)
- muối
- Hạt tiêu từ máy xay)

sự chuẩn bị

1. Đối với sinh tố thảo mộc, trước tiên trộn đều tất cả các thành phần trong máy trộn. Đổ vào ly ướp lạnh và dùng với ống hút.

4. Kokos-Shake

Thành phần

- 500 ml nước cốt dừa
- 150 g cùi dừa (tươi, nạo)
- một ít xi-rô agave
- Đá viên (hoặc đá xay)
- 16 Physalis
- Đàn dừa

sự chuẩn bị

2. Đối với sinh tố dừa, trước tiên cho nước cốt dừa, cùi dừa nạo, một ít siro agave và đủ đá viên vào máy xay sinh tố. Xay nhuyễn tất cả với tốc độ cao nhất.
3. Đổ sinh tố dừa vào lọ, rắc dừa lên trên và trang trí mỗi lọ bằng một chiếc lá physalis.

5. Sinh tố chuối Nutella

Thành phần

- 500 ml sữa
- 1 quả chuối
- 1 Nutella
- Em yêu

sự chuẩn bị

1. Đối với sinh tố chuối và Nutella, trước tiên hãy bóc vỏ chuối, cắt chuối thành từng miếng và cho vào bát trộn.
2. Đổ Nutella và một ít sữa vào và trộn đều. Sau đó thêm đường vani và phần sữa còn lại và trộn đều lại.
3. Đem sinh tố chuối và Nutella ra bàn trong những chiếc ly cao đã ướp lạnh.

6. Sinh tố vitamin

Thành phần

- 2 quả kiwi
- 1/2 quả cam
- 1 quả chuối
- 200 ml nước đậu nành
- 1 muỗng canh hạt chia

sự chuẩn bị

1. Đối với sinh tố vitamin, hãy cắt đôi quả kiwi, dùng thìa loại bỏ phần thịt, cắt cam và chuối thành từng miếng lớn, xay nhuyễn với nước đậu nành và hạt chia trong máy xay sinh tố.

7. Sữa đậu nành với dứa tươi

Thành phần

- 1 1/2 lít nước
- 90 g đậu nành (vàng hoặc trắng, ngâm trước ít nhất 12 giờ)
- 120 g dứa (tươi)
- 1 muỗng canh dầu hướng dương (ép lạnh)
- 90 g đường

sự chuẩn bị

2. Đối với sữa đậu nành với dứa tươi, đun sôi tất cả các nguyên liệu cùng nhau trong một chiếc chảo, đậy nắp và đun nhỏ lửa trong 40 phút.

3. Để nguội một chút, cho vào máy trộn đứng và xay trong 5 phút cho đến khi thành khối đồng nhất. Lọc qua rây. Và sữa đậu nành với dứa tươi đã sẵn sàng.

8. Sinh tố dâu tây và rau bina

Thành phần

- 2 quả chuối
- 400 g dâu tây
- 100 ml sữa
- 1 muỗng canh nước cốt chanh
- 20 g rau bina

sự chuẩn bị

1. Lột vỏ chuối, rửa sạch dâu tây và bỏ cuống.
2. Xay nhuyễn cùng với các nguyên liệu còn lại.
3. Đổ sinh tố vào ly và thưởng thức lạnh hoặc uống ngay.

9. Bánh mì nướng bơ Frankenstein

Nguyên liệu

- 4 lát bánh mì nguyên cám
- 1 quả bơ, cắt đôi và bỏ hạt
- 1 thìa nước cốt chanh
- $\frac{1}{2}$ thìa cà phê bột tỏi
- Một nhúm muối biển

Thành phần trang trí

- 1 lá rong biển hoặc 1 lá rau diếp sẫm màu
- Đậu đen
- Ớt chuông đỏ thái lát
- Nước sốt Mexicrema

Sự chuẩn bị

1. bánh mì trong máy nướng bánh mì hoặc trong lò nướng bánh mì.
2. Trong khi bánh mì đang nướng, hãy cho quả bơ vào bát.
3. Thêm nước cốt chanh, bột tỏi và muối, dùng chày hoặc dụng cụ nghiền khoai tây nghiền nát.
4. Cắt lá rong biển hoặc rau diếp sẫm màu để tạo thành sợi.
5. Trang trí bánh mì nướng Franken tạo thành phần tóc bằng rong biển nori hoặc rau diếp, mắt bằng đậu đen, miệng bằng lát ớt chuông và phần khung khuôn mặt bằng nước sốt.

10. Một bát yến mạch nhanh chóng và dễ dàng cho bữa sáng

Nguyên liệu

- ½ cốc yến mạch nhanh
- ½ - ⅔ cốc nước nóng hoặc lạnh
- ½ cốc sữa thực vật
- 1 thìa cà phê bột quả maqui hoặc bột acai (tùy chọn)
- ½ cốc nho tươi hoặc quả mọng
- chuối (hoặc cả quả chuối, nếu bạn thích)
- Quả óc chó
- Hạt giống

Sự chuẩn bị

1. Trộn yến mạch và nước trong bát, ngâm trong vài phút.
2. Cắt chuối, nho hoặc quả mọng theo ý thích và thêm vào yến mạch.
3. Đổ sữa thực vật vào yến mạch và trái cây.
4. Phủ lên trên các loại hạt, hạt giống, bột quả maqui hoặc bột acai. Tôi sử dụng quả óc chó và hạt cây gai dầu.

11. Bánh mì nướng bơ hạnh nhân với khoai lang và quả việt quất

Nguyên liệu

- 1 củ khoai lang, thái lát dày nửa cm
- $\frac{1}{4}$ cốc bơ hạnh nhân
- $\frac{1}{2}$ cốc quả việt quất

Sự chuẩn bị

- Làm nóng lò ở nhiệt độ 350-360 ° F (177 ° C).
- Đặt lát khoai lang lên giấy nến. Nướng cho đến khi mềm, khoảng 20 phút
- Ăn nóng, phủ bơ đậu phộng và nam việt quất. Bảo quản bất kỳ lát khoai lang còn thừa nào, không có nước sốt, trong hộp kín bên trong tủ lạnh trong một tuần. Hâm nóng lại bằng máy nướng bánh mì hoặc lò nướng bánh mì và đậy nắp theo hướng dẫn.

12. Sinh tố nhiệt đới trong bát

Nguyên liệu

- 2 cốc xoài đông lạnh
- $\frac{1}{2}$ cốc miếng dứa đông lạnh
- 1 quả chuối đông lạnh
- $\frac{1}{2}$ đến 1 cốc sữa thực vật
- 2 thìa hạt băm nhỏ tùy theo lựa chọn của bạn
- $\frac{1}{4}$ cốc trái cây cắt nhỏ tùy theo lựa chọn của bạn

Quảng cáo bổ sung

- 1 thìa bột hạt lanh
- $1\frac{1}{2}$ thìa canh dừa nạo

Sự chuẩn bị

1. Cho xoài, dứa, chuối và sữa thực vật (1 cốc sẽ tạo ra hỗn hợp loãng hơn và $\frac{1}{2}$ cốc sẽ tạo ra hỗn hợp đặc hơn) vào máy xay sinh tố và trộn đều cho đến khi bạn có được hỗn hợp mịn.
2. Đổ sinh tố vào bát và rắc thêm hạt và trái cây lên trên.

13. Yến mạch nêm rau

Nguyên liệu

- 4 cốc nước
- 2 cốc yến mạch "cắt" (yến mạch cắt thép nấu nhanh)
- 1 thìa cà phê gia vị Ý
- $\frac{1}{2}$ thìa cà phê Herbamare hoặc muối biển
- 1 thìa cà phê bột tỏi
- 1 thìa cà phê bột hành tây
- $\frac{1}{2}$ cốc men dinh dưỡng
- $\frac{1}{4}$ thìa cà phê bột nghệ
- $1\frac{1}{2}$ cốc cải xoăn hoặc rau bina mềm
- $\frac{1}{2}$ cốc nấm thái lát
- $\frac{1}{4}$ cốc cà rốt nạo
- $\frac{1}{2}$ chén ớt chuông thái nhỏ

Sự chuẩn bị

- Đun sôi nước trong nồi.
- Thêm yến mạch và gia vị rồi giảm nhiệt độ.
- Đun trên lửa nhỏ không đậy nắp trong 5 đến 7 phút.
- Thêm rau vào.
- Đậy nắp và để riêng trong 2 phút.
- Dùng ngay.

14. Yến mạch bí ngô và gia vị

Nguyên liệu

- 2 cốc sữa thực vật
- 1 thìa cà phê gia vị bánh bí ngô
- 4 quả chà là không hạt
- 2 thìa nho khô
- 2 cốc bí ngô nghiền
- 2 cốc yến mạch cắt nhỏ

Sự chuẩn bị

1. Trộn sữa, quả chà là, nho khô và gia vị trong máy xay sinh tố.
2. Trộn hỗn hợp sữa với bí đỏ nghiền và yến mạch trong một chiếc hộp vừa.
3. Nếu hỗn hợp quá đặc, hãy thêm một ít sữa nữa.
4. Đậy nắp và để trong tủ lạnh ít nhất một giờ hoặc lý tưởng nhất là để qua đêm.
5. Tận hưởng thời tiết nóng hay lạnh.

15. Tô sinh tố mùa xuân

nguyên liệu

Đối với bát:

- 1 quả chuối
- một ít súp lơ (tùy thích)
- 125 ml sữa hạnh nhân
- 1 nắm hạt điều
- 1 quả vani (bã)
- 1 thìa quế
- 1 thìa canh mật ong (tùy chọn)

Lên đầu trang:

- 1 muỗng canh hạt dẻ cười
- 1 nắm hạt (óc chó, hạnh nhân)
- 1 nắm dừa nạo
- 1/2 nắm hoa (có thể ăn được)
- 1/2 nắm quả mâm xôi
- 1 quả chanh dây

sự chuẩn bị

1. Để tạo cho bát hỗn hợp có độ sánh mịn hơn, hãy đông lạnh chuối.
2. Xay nhuyễn chuối và tất cả các nguyên liệu khác trong bát thành dạng kem mịn.
3. Sau đó trang trí theo tâm trạng của bạn

16. Cháo chay với dâu tây

Thành phần

- 3 muỗng canh bột yến mạch
- 1 cốc sữa đậu nành (hoặc sữa yến mạch)
- 1 nắm dâu tây (hoặc các loại trái cây khác)

sự chuẩn bị

1. Đầu tiên, đun sôi yến mạch cùng với sữa đậu nành cho đến khi tạo thành hỗn hợp cháo mịn.
2. Nếu cần, hãy thêm sữa. Cuối cùng, cắt nhỏ quả mọng (hoặc loại trái cây khác mà bạn muốn) và trộn với yến mạch.
3. Rắc dừa rang lên cháo và thưởng thức khi còn ấm.

17. Cháo Tsampa chay

Thành phần

- 250 ml sữa đậu nành
- 2 muỗng canh tsampa
- 5 muỗng canh dừa nạo
- 2 muỗng canh xi-rô agave
- 1 nhúm vani
- 1 nhúm quế
- Trái cây (tùy ý)

sự chuẩn bị

1. Đun sôi sữa đậu nành để làm hỗn hợp tsampa và khuấy đều tsampa bằng máy đánh trứng.
2. Trộn dừa nạo, hạt chia, xi-rô agave và gia vị. Đun nhỏ lửa trong một thời gian ngắn, cháo sẽ đặc lại sau một lúc.
3. Cắt nhỏ trái cây tươi (sung và mận) rồi cho vào cháo ấm.
4. Cháo tsampa ngon nhất khi thưởng thức khi còn ấm!

18. Bánh quế với sốt táo và hạnh nhân

Thành phần

- 100 g yến mạch
- 50 g bột mì (bột nguyên cám)
- 10g hạt chia
- 3g baking soda
- 25 g đường bạch dương
- 50 g bơ hạnh nhân
- 100 g táo xay
- 1 quả chanh (vỏ chanh hữu cơ, bào nhỏ và 1 thìa nước cốt chanh)
- 50 ml sữa hạnh nhân (hoặc sữa thực vật khác, nhiều hơn nếu cần)

sự chuẩn bị

1. Cho các nguyên liệu khô vào máy xay sinh tố để làm bánh quế với sốt táo và hạnh nhân rồi trộn cho đến khi tất cả đều được xay mịn.
2. Trộn nước sốt táo, nước cốt chanh, vỏ chanh, bơ hạnh nhân và sữa hạnh nhân. Từ từ thêm hỗn hợp này vào các thành phần khô và trộn bằng máy trộn cầm tay. Nếu cần, thêm một ít sữa hạnh nhân và nêm đường bạch dương. Để bột nghỉ trong 10 phút.
3. Trong khi đó, hãy làm nóng máy làm bánh quế và nếu cần, hãy phết mỡ vào.

4. Đổ 1 thìa bột vào giữa khuôn nướng bánh quế, đậy nắp lại và nướng bánh quế cùng sốt táo và hạnh nhân trong khoảng 2 phút.

19. Ngũ cốc vani với chuối và quả mâm xôi

Thành phần

- 1 muỗng canh hạt chia
- 1 muỗng canh hạt lanh
- 5 muỗng canh vảy đánh vần
- 1 thìa quế
- 2-3 muỗng canh sữa chua đậu nành (vani)
- 180 ml sữa hạnh nhân
- 1/2 quả chuối
- 1 nắm quả mâm xôi
- 1 muỗng canh cám đánh vần
- 1 nắm thanh hạnh nhân

sự chuẩn bị

1. Ngũ cốc vani với chuối và quả mâm xôi, cắt đôi quả chuối và cắt thành lát mỏng.
2. Trộn hạt chia và hạt lanh, vảy lúa mì, cám lúa mì, quế, thanh hạnh nhân với sữa hạnh nhân và sữa chua đậu nành. Cuối cùng, cho chuối và quả mâm xôi vào.
3. Nếu cần, hãy thêm một ít sữa hoặc sữa chua rồi cho hỗn hợp muesli vani với chuối và quả mâm xôi vào tủ lạnh để ngâm qua đêm.

20. Bánh pudding gạo vani với táo và quế

Thành phần

- 1 cốc gạo (hạt tròn)
- 4 ly sữa đậu nành (hương vani)
- 1 nắm nho khô
- 1 quả táo
- Quế (tùy khẩu vị)

sự chuẩn bị

1. Đun nhỏ lửa gạo với sữa đậu nành, quế (tùy khẩu vị) và nho khô cho đến khi hạt gạo mềm và có độ sánh mịn. Khuấy đều nhiều lần!
2. Trong lúc đó, cắt táo thành từng lát mỏng.
3. Xếp những lát táo lên bánh pudding gạo ấm, rắc thêm quế nếu thích và thưởng thức.

CÔNG THỨC MÓN TRÁNG MIỆNG

21. Món tráng miệng bột semolina cam hấp

Thành phần

Đối với bột semolina:

- 1/2 lít sữa
- 80 g bột mì semolina
- 80g mật ong
- 2 thìa cà phê bột agar
- 1 vỏ cam (vỏ cam)

4 muỗng canh Cointreau cho lớp màu cam:

- 6 quả cam
- 2 muỗng canh Cointreau
- 3 thìa mật ong hoa cam
- 2 thìa cà phê bột agar

sự chuẩn bị

1. Đối với món tráng miệng bột semolina màu cam, cho tất cả các nguyên liệu làm bột semolina vào hộp đựng không có lỗ và khuấy đều.
2. Đối với lớp cam, lột vỏ và phi lê 4 quả cam. Cắt phi lê thành từng miếng vừa ăn. Vắt 2 quả cam còn lại. Trộn nước cam và phi lê với Cointreau, mật ong và agar-agar. Đổ vào hộp đựng thứ hai không có lỗ và khuấy đều. Bây

giờ hấp cả hai trong lò hấp ở 100 ° độ trong 10 phút. Sau đó lấy ra và khuấy đều lại.

3. Đầu tiên, đổ bột semolina vào ly tráng miệng và rải lớp cam lên trên. Để bột semolina cam ở nơi mát cho đến khi khối cam đông lại.

22. Món tráng miệng kem phô mai mâm xôi

Thành phần

- 250 g phô mai kem đồng quê
- 300 g quả mâm xôi
- 2 muỗng canh đường
- 1 quả chanh (vỏ chưa qua xử lý)
- 1/8 lít kem tươi
- 30 g dừa nạo
- 1/8 lít sữa chua

sự chuẩn bị

1. Đối với món tráng miệng mâm xôi phô mai kem đồng quê, không nghiền nát quả mâm xôi hoàn toàn và thêm đường cho vừa ăn. Đánh kem tươi cho đến khi cứng và trộn với phô mai kem đồng quê, sữa chua, dừa nạo và đường.
2. Lần lượt đổ kem mousse mâm xôi vào ly và rắc phô mai kem và món tráng miệng mâm xôi với dừa nạo.

23. Mơ nướng với bọt nồi

Thành phần

- 3 muỗng canh phô mai sữa đông (20%)
- 10 quả mơ (lớn, cứng)
- 2 lòng trắng trứng
- 50 gram đường
- 2 muỗng canh quả óc chó (băm nhỏ)

sự chuẩn bị

1. Đối với mơ nướng, trước tiên rửa sạch mơ, lau khô, cắt đôi và bỏ hạt. Làm nóng lò ở 200 ° C và phủ giấy nến lên khay.
2. Sau đó, từ từ đánh lòng trắng trứng với đường thật cứng, khuấy phô mai sữa đông cho đến khi mịn và cẩn thận gấp nó vào lòng trắng trứng cùng với các loại hạt. Nhồi đầy nửa quả mơ bằng nó và nướng ở 200 ° C. Và mơ nướng đã sẵn sàng.

24. Rau thì là hấp

Thành phần

- 2 cây thì là
- Cây thì là xanh
- 2 củ cà rốt
- 1 cây tỏi tây (nhỏ)
- 2 nhánh cần tây
- 1 thìa nước cốt chanh
- muối
- đường
- 2 củ hành tây
- 20 g bơ
- 150 ml nước dùng rau
- hạt tiêu
- 1 thìa cà phê nước dùng rau
- 150 g kem tươi

sự chuẩn bị

1. Đối với cây thì là rửa sạch, cắt tư và cắt bỏ rễ của cây thì là hình nêm. Đặt lại phần lá thì là xanh để trang trí.
2. Rửa sạch rau. Cắt cà rốt thành lát dày 0,5 cm, cắt tỏi tây thành khoanh dày 1 cm, cắt cần tây thành miếng dày 0,5 cm. Cho rau vào hộp đựng có lỗ và đặt thì là lên trên.

3. Trộn nước cốt chanh, muối và đường rồi đổ lên thì là. Đặt hộp đựng thức ăn vào lò nướng và đặt một hộp đựng chắc chắn bên dưới để hứng nước dùng rau (10-12 phút ở 100 ° C hoặc 5-6 phút ở 120 °).
4. Cắt nhỏ hành tây, xào trong bơ và đổ đầy 150 ml nước dùng rau. Nêm muối, hạt tiêu và nước dùng rau. Khuấy đều kem tươi. Trang trí rau thì là từ nồi hấp bằng lá thì là cắt nhỏ.

25. Món tráng miệng táo nhanh

Thành phần

- 4 quả táo
- 10-15 chiếc. Bánh quy
- 5 muỗng canh mật ong
- quế
- Nước chanh
- 2 muỗng canh nho khô

sự chuẩn bị

1. Để làm món tráng miệng táo nhanh chóng, hãy cắt táo thành từng miếng nhỏ và trộn với đường, quế và nước cốt chanh. Bóp vụn các ngón tay xốp.
2. Đổ đầy các lớp táo, nho khô và bánh ladyfinger vào 4 chiếc nồi tráng miệng đã phết mỡ, đổ đầy 4cl amaretto và rắc quế và đường. Nướng lửa trên/dưới ở 180 độ trong 20-25 phút.

26. Món tráng miệng pudding hạt

Thành phần

- 4 miếng. Physalis
- 8 thìa canh quả óc chó (băm nhỏ hoặc băm nhỏ)
- Sốt sô cô la (để trang trí)
- Đối với bánh pudding:
- 1 gói bột làm bánh pudding hạt phỉ
- 500 ml sữa
- 3 muỗng canh đường
- 1 thìa canh quả óc chó (băm nhỏ)

sự chuẩn bị

1. Đối với món tráng miệng pudding hạt, trước tiên trộn quả óc chó với bột pudding. Chuẩn bị pudding hạt phỉ theo hướng dẫn và đổ vào 4 khuôn pudding nhỏ.
2. Để nguội và cho vào tủ lạnh trong vài giờ. Lấy bánh pudding ra khỏi khuôn, rắc 2 thìa hạt óc chó, trang trí bằng sốt sô cô la và đặt 1 quả physalis vào giữa món tráng miệng pudding hạt.

27. Bánh bao sữa đông với sốt dâu tây

Thành phần

- 250 g quark
- 2 muỗng canh mật ong
- Vụn bánh
- 250 g dâu tây (đông lạnh)
- 1 gói đường vani

sự chuẩn bị

1. Đối với bánh bao sữa đông với sốt dâu tây, trước tiên hãy chuẩn bị bánh bao sữa đông. Để làm điều này, nhào trứng, phô mai quark và đường với nhau. Để yên trong 10 phút và sau đó ngâm trong nước sôi nhẹ trong 7-10 phút.
2. Đồng thời cho đường, vụn bánh mì và một ít bơ vào chảo và nướng. Lăn viên sữa đông đã hoàn thành trong hỗn hợp đường vụn.
3. Đối với sốt dâu tây, rã đông dâu tây đông lạnh và nước trong lò vi sóng và thêm đường vani. Sau đó trộn bằng máy xay cầm tay và nêm nếm cho vừa ăn. Ăn bánh bao phô mai với sốt dâu tây.

28. Bánh táo giòn

Thành phần

- Táo

sự chuẩn bị

1. Đối với khoai tây chiên, rửa sạch táo, bỏ lõi bằng dụng cụ cắt lõi rồi cắt thành lát dày 1,5 mm bằng máy thái lát.
2. Cho các lát táo mỏng vào máy sấy và sấy khô. Lật một lần giữa các lần sấy. Sấy cho đến khi các lát táo giòn và ngon.
3. Tùy thuộc vào máy sấy, quá trình này mất khoảng 2-3 giờ.

29. Nuôi chuối

Thành phần

- 2 muỗng canh nho khô
- 50 ml rượu rum
- 2 muỗng canh lá hạnh nhân
- 4 quả chuối
- 1/2 quả chanh (nước cốt)
- 75 gram đường
- 1 thìa bơ
- 1/4 thìa cà phê quế

sự chuẩn bị

1. Trộn nho khô với rượu rum và để yên trong khoảng 30 phút.
2. Rang nhẹ hạnh nhân đã cắt lát trong chảo khô không có mỡ. Lột vỏ chuối và cắt đôi theo chiều dọc. Quét nước cốt chanh ngay lập tức.
3. Đun chảy đường và bơ trong chảo lớn trên lửa nhỏ. Thêm chuối vào và chiên sơ, lật một lần. Thêm nho khô và rượu rum và nêm chuối với quế.
4. Đun nhỏ lửa cho đến khi đường tan. Xếp chuối lên và rắc hạnh nhân lát lên trên.
5. Thưởng thức chuối Foster khi chúng vẫn còn nóng.

30. Siêu thực phẩm trong bánh quy sô cô la

Nguyên liệu

- $\frac{1}{2}$ cốc bơ đậu phộng
- $\frac{1}{2}$ cốc sữa đậu nành
- 8 quả chà là Medjool
- 1 cốc bột hạnh nhân
- 1 cốc yến mạch
- 1 cốc yến mạch
- $\frac{1}{4}$ cốc hạt lanh xay
- $\frac{1}{2}$ cốc quả kỷ tử
- $\frac{1}{2}$ cốc hạt ca cao
- 1 quả chuối chín
- 1 thìa vani

Sự chuẩn bị

1. Cho tất cả các nguyên liệu vào máy xay thực phẩm và trộn đều.
2. Đổ hỗn hợp từng thìa vào khay nướng có lót giấy dầu.
3. Dùng một tờ giấy dầu khác để ấn hỗn hợp xuống.
4. Nướng trong 20 phút ở nhiệt độ 350 ° F (176 ° C).

31. Kem sô cô la thuần chay

Nguyên liệu

- 3 quả chuối đông lạnh
- $\frac{1}{4}$ cốc sữa hạnh nhân không đường
- 3 thìa bột ca cao hoặc ca cao
- $\frac{1}{4}$-$\frac{1}{2}$ thìa cà phê bột quế (tùy chọn)

Sự chuẩn bị

1. Cho chuối đông lạnh và sữa hạnh nhân vào máy xay thực phẩm hoặc máy xay sinh tố.
2. Xay thật kỹ cho đến khi mịn.
3. Thêm ca cao và quế.
4. Xử lý cho đến khi trộn đều
5. Đặt kem vào tủ đông trong 15-20 phút
6. Sử dụng ngay.

32. Sôcôla mousse 4 thành phần

Nguyên liệu

- 2 hộp đậu phụ mềm 12,3 ounce
- 4 thìa bột ca cao
- 1 thìa cà phê vani
- 1 cốc bột nhão chà là

Sự chuẩn bị

1. Trộn đậu phụ, bột ca cao, bột chà là và vani trong máy xay cho đến khi các thành phần hòa quyện đều.
2. Bảo quản trong tủ lạnh trước khi dùng, món ăn sẽ đặc hơn nữa.

33. Bánh chanh đá với dứa và quả việt quất tươi

Nguyên liệu

- $\frac{1}{4}$ cốc nước cốt chanh tươi (khoảng 2 quả chanh)
- $\frac{1}{4}$ cốc nước
- 1 cốc dứa tươi, thái nhỏ
- $\frac{1}{4}$ thìa cà phê vỏ chanh bào
- $\frac{1}{4}$ cốc quả việt quất tươi, rửa sạch và lau khô hoàn toàn

Sự chuẩn bị

1. Cho nước ép tươi, nước lọc, dứa và vỏ chanh bào vào máy xay sinh tố tốc độ cao. Xay cho đến khi hết cục.
2. Đổ hỗn hợp cẩn thận vào hộp đựng của máy làm kem tự động và chế biến theo hướng dẫn của nhà sản xuất.
3. Thêm quả mọng tươi vào trong 10 phút cuối. Thưởng thức ngay hoặc để đông lại trong tủ đông trong một giờ hoặc lâu hơn.

34. Kem gelato sô cô la chip

Nguyên liệu

- 2 cốc sữa không có sữa
- ¾ cốc siro cây phong nguyên chất
- 1 thìa canh chiết xuất vani nguyên chất
- ⅓ vụn sô cô la thuần chay bán ngọt, thái nhỏ hoặc cắt thành từng mảnh

Sự chuẩn bị

1. Đánh đều sữa không chứa sữa, xi-rô cây phong và vani trong một cái bát lớn cho đến khi hòa quyện đều.
2. Đổ hỗn hợp cẩn thận vào hộp đựng của máy làm kem tự động và chế biến theo hướng dẫn của nhà sản xuất.
3. Trong 10 hoặc 15 phút cuối, thêm sô cô la cắt nhỏ và tiếp tục chế biến cho đến khi đạt được kết cấu mong muốn. Thưởng thức gelato ngay lập tức hoặc để đông lại trong tủ đông trong một giờ hoặc lâu hơn.

35. Kem bơ đậu phộng và thạch

Nguyên liệu

- 2 cốc sữa không có sữa, đơn giản, không đường
- ⅔ cốc xi-rô cây phong
- 3 thìa bơ đậu phộng tự nhiên béo ngậy
- ½ thìa cà phê gừng xay
- 2 thìa cà phê chiết xuất vani nguyên chất
- 6 thìa trái cây đóng hộp

Sự chuẩn bị

1. Đánh đều sữa không sữa, siro cây phong, bơ đậu phộng và vani trong một cái bát lớn cho đến khi hòa quyện. Đổ hỗn hợp cẩn thận vào hộp đựng của máy làm kem tự động và xử lý theo hướng dẫn của nhà sản xuất.
2. Thêm trái cây đóng hộp vào trong 10 phút cuối và để chúng kết hợp với kem cho đến khi đạt được kết cấu mong muốn. Thưởng thức kem ngay lập tức hoặc để đông lại trong tủ đông trong một giờ hoặc lâu hơn.

36. Sữa trứng chay

Thành phần

- 500 ml sữa hạnh nhân
- 40g bột ngô
- 50 g đường bột
- 2 gói đường vani
- 2 quả vani

sự chuẩn bị

1. Đối với bánh pudding vani, cắt dọc quả vani và nạo bỏ phần cùi. Đun sôi 450 ml sữa hạnh nhân, đường vani, cùi vani và quả vani. Trộn đường bột và bột ngô với 50 ml sữa hạnh nhân.
2. Ngay khi sữa sôi, lấy quả vani ra và khuấy hỗn hợp đường bột-bột ngô. Đun nhỏ lửa trên lửa nhỏ, khuấy liên tục, cho đến khi hỗn hợp trở nên đặc.
3. Đổ đầy kem vào Schüsserl và để nguội hoặc thưởng thức ngay khi còn ấm.

37. Cháo Tsampa chay

Thành phần

- 250 ml sữa đậu nành
- 2 muỗng canh tsampa
- 5 muỗng canh dừa nạo
- 2 muỗng canh xi-rô agave
- 1 nhúm vani
- 1 nhúm quế
- Trái cây (tùy ý)

sự chuẩn bị

1. Đun sôi sữa đậu nành để làm hỗn hợp tsampa và khuấy đều tsampa bằng máy đánh trứng.
2. Trộn dừa nạo, hạt chia, xi-rô agave và gia vị. Đun nhỏ lửa trong một thời gian ngắn, cháo sẽ đặc lại sau một lúc.
3. Cắt nhỏ trái cây tươi (sung và mận) rồi cho vào cháo ấm.
4. Cháo tsampa ngon nhất khi thưởng thức khi còn ấm!

38. Bánh kếp mâm xôi thuần chay

Thành phần

- 250 ml nước hạnh nhân
- 1 muỗng canh đường bạch dương
- 1 lon nước cốt dừa
- 1 muỗng canh rau
- 150 g bột mì
- 2 muỗng canh dầu dừa (để nướng)
- 6 muỗng canh mứt mâm xôi (để phết)
- 1 thìa đường mâm xôi (để trang trí)
- 1 gói đường vani bourbon

sự chuẩn bị

1. Đối với bánh kếp mâm xôi, cho nước hạnh nhân vào bát. Mở hộp sữa dừa và đổ chất lỏng vào cốc, giữ lại phần rắn làm "kem đánh bông".
2. Khuấy vegggg vào nước cốt dừa lỏng và để nó nở ra một chút, sau đó trộn bột mì, hỗn hợp dừa, nước hạnh nhân và đường bạch dương, nó sẽ tạo ra một hỗn hợp bột bánh kếp ngon.
3. Bạn có thể cần thêm một ít bột mì hoặc chất lỏng. Đánh tan độ đặc của nước cốt dừa với đường vani bằng máy trộn.
4. Nướng bốn chiếc bánh kếp trong chảo đun nóng với dầu dừa. Phết mứt lên và dùng kèm với kem dừa đánh bông và đường mâm xôi.

39. Cơm nước cốt dừa với kiwi và chuối

Thành phần

- 300 ml nước cốt dừa
- 100 g gạo hạt dài
- 1 nhúm muối
- 1 thìa siro cây phong
- 1 quả chuối
- 1 quả kiwi

sự chuẩn bị

1. Đối với cơm nước cốt dừa với kiwi và chuối, đun sôi nước cốt dừa và nêm muối. Rắc gạo vào và nấu cho đến khi mềm (theo hướng dẫn trên bao bì!).
2. Trong khi đó, gọt vỏ trái cây và cắt thành lát. Nêm pudding gạo đã hoàn thành với xi-rô cây phong. Đổ vào đĩa và trang trí cơm nước cốt dừa bằng chuối và lát kiwi.

40. Chuối nướng giòn

Thành phần

- 1 quả chuối
- 2-3 tấm bột filo (30x31 cm)
- 1 muỗng canh nước cốt chanh
- 2 muỗng canh quả óc chó (băm nhỏ)
- 3-4 muỗng canh dầu hạt cải
- 1 muỗng canh đường cát

sự chuẩn bị

1. Để có chuối nướng giòn, hãy làm nóng lò ở nhiệt độ 200 ° *C* ở cả lửa trên và lửa dưới. Lột vỏ chuối, cắt thành 4 miếng bằng nhau và rưới nước cốt chanh lên.
2. Quét dầu hạt cải lên các tấm bột filo và xếp chúng chồng lên nhau. Cắt tấm bột thành 4 hình vuông gần bằng nhau.
3. Lăn các miếng chuối trong quả óc chó đã bào và đặt một miếng vào giữa hình vuông. Gấp mép lại và đặt gói hàng lên giấy nến.
4. Quét phần dầu còn lại và rắc một ít đường cát lên từng chiếc. Nướng cho đến khi vàng nâu và giòn trong khoảng 10 phút.
5. Chuối nướng giòn ngon nhất khi ăn ấm với đá, hoặc dùng kèm với cà phê.

CÔNG THỨC ĂN NHẸ

41. Xiên bánh mì và phô mai

Thành phần

- 2 lát pumpernickel
- 25 g phô mai kem tách béo
- 50 g phô mai bán cứng nguyên chất, ít béo
- 1/4 quả dưa chuột
- 1/4 quả táo
- 4 quả cà chua cocktail
- muối tiêu
- 2 xiên gỗ

sự chuẩn bị

1. Đối với xiên bánh mì và phô mai, cắt đôi lát bánh mì pumpernickel, phủ một nửa lát bánh mì pumpernickel với 1 thìa canh phô mai kem, đặt một lát bánh mì khác lên trên, phủ một lần nữa với phô mai kem, đặt lát bánh mì thứ ba lên trên, phủ một lớp phô mai kem và pumpernickel.
2. Cắt khối bánh mì thành khối vuông 2 cm. Cắt phô mai cứng thành khối vuông nhỏ hơn. Cắt táo thành ba miếng.
3. Xếp xen kẽ các khối pumpernickel, lát dưa chuột, miếng táo, khối phô mai và cà chua lên xiên gỗ. Sau đó rắc một ít muối và nhiều hạt tiêu xay tươi lên xiên bánh mì và phô mai.

42. Cuộn bánh mì nướng

Thành phần

- 12 lát bánh mì nướng (đã bỏ vỏ)
- 200 g phô mai cheddar (bào nhỏ)
- 2 muỗng canh bơ
- 2 quả trứng
- 4 muỗng canh hạt thông (rang)
- muối biển
- Hạt tiêu từ máy xay)
- Đối với pesto:
- 1 lọ cà chua (sấy khô, 370 g)
- 5 nụ bạch hoa
- 25 g hạt thông (rang)
- 1 tép tỏi
- 5 thìa canh dầu (từ lọ đựng cà chua)
- 50 g phô mai parmesan (bào)
- 1 thìa cà phê bột ớt (tùy chọn)
- muối biển
- **Hạt tiêu từ máy xay)**

sự chuẩn bị

1. Đối với món bánh mì cuộn, trước tiên hãy trộn tất cả các nguyên liệu làm sốt pesto trong một chiếc cốc cao bằng máy xay cầm tay và nêm thêm muối biển và hạt tiêu.

2. Đối với bánh mì nướng, cán mỏng các lát bánh mì bằng cán lăn. Phết mỏng pesto lên bề mặt và cách mép trên khoảng 1 cm. Phết phô mai cheddar bào lên trên và rắc hạt thông. Cuộn chặt các lát bánh mì nướng.
3. Đánh đều sữa và trứng. Đun chảy bơ trong chảo chống dính. Kéo cuộn bánh mì nướng qua hỗn hợp sữa và trứng rồi chiên chúng trong bơ cho đến khi có màu vàng nâu.

43. Bánh mì kẹp thịt gà tây và dưa chuột

Thành phần

- 600 g thịt gà tây
- 12 lá rau diếp
- 1 quả dưa chuột
- 6 muỗng canh mayonnaise
- 6 ổ bánh mì baguette (hoặc 1 ổ bánh mì baguette lớn)
- muối
- hạt tiêu
- Bơ (để chiên)

sự chuẩn bị

1. Đối với bánh mì kẹp thịt gà tây và dưa chuột, rửa sạch lá rau diếp và thấm khô. Rửa sạch dưa chuột và cắt thành lát. Nêm muối và hạt tiêu vào thịt gà tây chiên giòn. Đun nóng bơ trong chảo và chiên thịt gà tây chiên giòn ở cả hai mặt trong 4-5 phút.
2. Lấy ra khỏi chảo và cắt thành từng dải. Cắt bánh mì baguette theo chiều dọc và phủ sốt mayonnaise lên nửa dưới của bánh mì. Đặt lá rau diếp và lát dưa chuột lên trên, rải các dải gà tây lên trên và đóng bánh mì lại.

44. Bánh ngô với tôm và atisô

Thành phần

- 200 g tôm (bóc vỏ và nấu chín)
- 4 quả atisô (ngâm chua, đóng hộp hoặc thủy tinh)
- 5 quả trứng
- 2 muỗng canh nước cốt chanh
- Muối biển (từ nhà máy)
- Hạt tiêu (từ nhà máy)
- dầu ô liu

sự chuẩn bị

1. Rưới nước cốt chanh lên tôm và cắt atisô thành tám phần. Đun nóng một ít dầu ô liu trong chảo và chiên sơ tôm trong đó. Trong một cái bát, đánh trứng với muối và hạt tiêu, đổ lên tôm và để yên trong chốc lát. Rải atisô lên trên và chiên lại trong chốc lát.
2. Ngay khi đáy bánh chuyển sang màu vàng nâu, đậy nắp chảo và lật ngược lại sao cho bánh tortilla nằm trên nắp. Để bánh tortilla trượt trở lại chảo và nướng mặt còn lại cho đến khi vàng nâu. Chia thành các miếng bánh có kích thước bất kỳ và dùng nóng hoặc lạnh tùy ý.

45. Bánh sandwich Club với nồi thảo mộc

Thành phần

- 100 g quark (nạc)
- 4 lát bánh mì nướng
- 10 quả cà chua cocktail
- Lá rau diếp
- 2 muỗng canh sữa chua
- 1 quả dưa chuột
- muối
- hạt tiêu
- 1 tép tỏi
- 1 ít nước cốt chanh
- *Các* loại thảo mộc (thì là, hẹ, mùi tây)

sự chuẩn bị

1. Đối với bánh sandwich club với các loại thảo mộc, hãy bỏ lõi nửa đầu của dưa chuột, bào thô, nêm muối và để ngâm trong vài phút. Sau đó vắt hết nước chảy ra. Bây giờ băm nhỏ tép tỏi. Nêm sữa chua và phô mai quark với muối và hạt tiêu, thêm tép tỏi băm nhỏ và dưa chuột bào và lọc bằng nước cốt chanh.
2. Trong khi đó, cắt đôi lát bánh mì và bánh mì nướng. Cắt cà chua bi và nửa còn lại của dưa chuột thành lát. Để phục vụ, phết một nửa lát bánh mì nướng với kem quark.
3. Rải cà chua bi, một ít rau diếp và dưa chuột lên trên cùng và cuối cùng phủ thêm một lát

bánh mì nướng nữa và cố định bánh mì bằng một chiếc lọ đựng thảo mộc bằng tăm.

46. Bánh cuộn strudel với khoai lang

Thành phần

- 1 gói bột làm bánh strudel
- 1 củ khoai lang (lớn)
- 1 thìa cà phê ớt (băm nhỏ)
- 1 thìa canh húng tây (thái nhỏ)
- 1 quả trứng
- muối
- hạt tiêu
- Bơ (tan chảy)
- 1000 ml dầu hướng dương (để chiên ngập dầu)

sự chuẩn bị

1. Gọt vỏ và nạo khoai lang, trộn với các nguyên liệu còn lại và nêm muối, hạt tiêu.
2. Quét bơ lên lớp bột bánh strudel và xếp chồng lên nhau, cắt bột thành hình tròn hoặc hình vuông, cho 1 thìa cà phê nhân vào giữa và ấn chặt hai đầu lại với nhau.
3. Chiên bánh cuộn strudel với khoai lang trong khoảng 2-3 phút trong nhiều dầu hướng dương nóng cho đến khi vàng, để ráo trên giấy bếp và nêm một chút muối ngay trước khi dùng.

47. Snack táo và cà rốt

Thành phần

- 2 quả táo
- 500g cà rốt
- 1 quả chanh (nước cốt của nó)
- 125 ml kem chua
- 1 thìa đường
- 1 thìa cà phê hành tây (băm nhỏ)
- muối
- hạt tiêu
- 2 muỗng canh hạt (băm nhỏ)

sự chuẩn bị

1. Gọt vỏ và nạo táo và cà rốt.
2. Rưới thêm nước cốt chanh.
3. Lột vỏ hành tây và cắt thành từng miếng nhỏ.
4. Trộn kem chua, đường, hành tây, muối và hạt tiêu, đổ lên hỗn hợp táo và cà rốt và trộn nhẹ.
5. Rắc hạt lên món ăn nhẹ táo và cà rốt.

48. Khoai tây chiên giòn

Thành phần

- 2 củ khoai tây (vừa)
- 1 muỗng canh dầu ô liu
- 1 thìa cà phê bột ớt paprika
- muối

sự chuẩn bị

1. Đối với khoai tây chiên paprika, hãy gọt vỏ khoai tây từ lò nướng và cắt thành lát mỏng bằng dao gọt. Lót giấy dầu vào khay nướng. Quét một lớp mỏng dầu ô liu lên giấy nướng. Đặt các lát khoai tây lên trên và quét nhẹ một lớp dầu ô liu.
2. Rắc bột ớt paprika và muối. Cho hạt tiêu vào lò nướng đã được làm nóng trước ở nhiệt độ 220 ° C, trong 6 phút cho đến khi vàng nâu.

49. Bánh mì nướng chay

Thành phần

- 4 lát bánh mì nướng nguyên cám
- 4 muỗng canh pesto (Rosso)
- 1-2 quả cà chua (chín)
- 80 g phô mai cừu
- 1 nắm tên lửa
- Kem Balsamic

sự chuẩn bị

1. Đối với bánh mì nướng chay, hãy nướng 4 lát bánh mì trước. Sau đó cắt chéo từng lát bánh mì sao cho một lát bánh mì thành hai hình tam giác.
2. Phết nửa thìa pesto rosso lên mỗi hình tam giác. Cắt phô mai thiên đường và phô mai cừu thành lát mỏng, phủ xen kẽ một lớp cà chua và một lớp phô mai cừu lên mỗi hình tam giác trong số 4 hình tam giác bánh mì nướng.
3. Nhỏ vài giọt kem balsamic lên lớp cuối cùng, rải rau arugula đã rửa sạch lên cả bốn miếng bánh mì tam giác nướng và phủ lên bốn miếng bánh mì tam giác còn lại. Xếp bánh mì nướng chay lên đĩa cùng một ít kem balsamic và cà chua rồi thưởng thức ngay.

50. Khoai tây chiên giòn

Thành phần

- 500 g khoai tây (màu xanh hoặc vàng)
- 400 ml dầu (để chiên ngập dầu)
- *Các* loại thảo mộc (trộn, tùy chọn)
- muối

sự chuẩn bị

1. Đối với khoai tây chiên giòn, rửa sạch khoai tây và lau khô. Sau đó cắt khoai tây theo chiều dọc thành những lát mỏng, đều bằng máy cắt hoặc máy thái rau.
2. Rửa sạch các lát khoai tây trong rây dưới vòi nước chảy cho đến khi nước trong, thấm khô và nướng trong dầu nóng cho đến khi giòn.
3. Để khoai tây chiên khô hoàn toàn trên giấy bếp rồi nêm muối.
4. Nêm khoai tây chiên với các loại thảo mộc và phục vụ

51. Sốt táo đỏ và củ cải đường

Nguyên liệu

- 2 cốc táo chưa gọt vỏ, thái hạt lựu hoặc bào
- 1 cốc anh đào không xương hoặc quả mọng hỗn hợp
- 1 cốc củ cải đường nạo chưa gọt vỏ
- 1 thìa canh bột nhão chà là
- $\frac{1}{2}$ thìa cà phê quế
- 2 thìa nước

Sự chuẩn bị

1. Cho tất cả nguyên liệu vào nồi.
2. Đun sôi và nấu cho đến khi táo và củ cải đường mềm trong vòng 10-15 phút.
3. Dùng dụng cụ nghiền khoai tây nghiền nát hoặc cho vào máy xay thực phẩm để có hỗn hợp mịn hơn.
4. Ăn riêng hoặc dùng để trang trí cho bữa tiệc Halloween.

52. Đèn "Halloween" hình quả táo

Nguyên liệu

- 6 quả táo đỏ
- 1 cốc bơ đậu phộng
- 1 thìa canh bột nhão chà là
- ½ thìa cà phê gia vị bánh bí ngô
- 1 cốc granola không dầu

Sự chuẩn bị

1. Làm nóng lò ở nhiệt độ 300-350 ° F (177 ° C).
2. Cắt phần đầu của mỗi quả táo.
3. Dùng thìa hoặc dưa để lấy phần bên trong ra. Đảm bảo thành quả dày.
4. Cẩn thận khắc phần mặt đèn pin để làm mắt và miệng.
5. Đun chảy bơ đậu phộng trong chảo cho đến khi mịn và nhuyễn.
6. Trong bát, trộn bơ đậu phộng đã đun chảy với bột chà là và gia vị bí ngô.
7. Đổ hỗn hợp bơ đậu phộng vào táo và đậy nắp lại.
8. Nướng táo trên khay nướng trong 10 phút.
9. Cho granola vào táo và nướng thêm 10 phút nữa.
10. Dùng ngay.

53. Bánh mì nướng bơ hạnh nhân với khoai lang và quả việt quất

Nguyên liệu

- 1 củ khoai lang, thái lát dày nửa cm
- $\frac{1}{4}$ cốc bơ hạnh nhân
- $\frac{1}{2}$ cốc quả việt quất

Sự chuẩn bị

1. Làm nóng lò ở nhiệt độ 350-360 ° F (177 ° C).
2. Đặt lát khoai lang lên giấy nến. Nướng cho đến khi mềm, khoảng 20 phút. (Bạn cũng có thể nướng khoai lang trong lò nướng bánh mì, nhưng bạn sẽ cần bật lò ở nhiệt độ cao trong ba hoặc bốn chu kỳ).
3. Ăn nóng, phủ bơ đậu phộng và nam việt quất. Bảo quản bất kỳ lát khoai lang còn thừa nào, không có nước sốt, trong hộp kín bên trong tủ lạnh trong một tuần. Hâm nóng lại bằng máy nướng bánh mì hoặc lò nướng bánh mì và đậy nắp theo hướng dẫn.

54. Bánh mì nướng bơ hấp dẫn

Nguyên liệu

- 2 lát bánh mì
- 1 quả bơ, thái lát
- ½ nước cốt chanh
- 2 thìa hạt bí ngô
- 1 nhúm ớt bột đỏ
- 1 nhúm ớt bột hun khói
- 1 nhúm hạt vừng
- 1 nhúm muối
- 1 nhúm hạt tiêu đen

Sự chuẩn bị

1. Nướng bánh mì.
2. Đặt những lát bơ lên bánh mì nướng.
3. Rắc nước cốt chanh lên quả bơ.
4. Rắc hạt bí ngô, ớt đỏ, hạt vừng, muối và hạt tiêu đen lên trên tùy theo khẩu vị.

55. Thanh bí ngô và yến mạch

Nguyên liệu

- 3 cốc yến mạch đặc
- 1 cốc chà là không hạt
- $\frac{1}{2}$ cốc nước sôi
- 2 thìa cà phê gia vị bánh bí ngô
- 1 thìa canh hạt lanh xay hoặc hạt chia
- $\frac{1}{4}$ cốc hạt thái lát nhỏ (tùy chọn)
- $\frac{1}{4}$ cốc sữa thực vật
- 1 cốc bí ngô nghiền

Sự chuẩn bị

1. Làm nóng lò ở nhiệt độ 350 độ F.
2. Cắt nhỏ quả chà là, cho vào bát, đổ nước nóng vào. Để yên trong 10 phút.
3. Cho các nguyên liệu khô vào bát và trộn đều.
4. Thêm chà là cùng với nước, bí và sữa thực vật vào các nguyên liệu khô, trộn đều.
5. Phủ giấy nến lên khay nướng hình vuông, sau đó ấn chặt hỗn hợp vào khay.
6. Nướng trong 15-20 phút.
7. Để hỗn hợp nguội hoàn toàn trong hộp trước khi cắt thành 16 ô vuông hoặc 8 thanh lớn.
8. Bảo quản trong tủ lạnh tối đa 7 ngày.

56. Bánh quy yến mạch và táo

Nguyên liệu

- 2 cốc yến mạch không chứa gluten
- 2 cốc sốt táo
- ½ cốc nho khô
- 1½ thìa hạt chia
- 2 thìa quế

Quá trình

1. Làm nóng lò ở nhiệt độ 350 ° F (177 ° C).
2. Trong một bát vừa, cho tất cả 5 nguyên liệu vào và khuấy đều cho đến khi hòa quyện. Để yên trong khi làm nóng lò trong 10 phút.
3. Múc từng thìa lớn hỗn hợp (đã phủ giấy nến) lên khay nướng bánh quy. Nhẹ nhàng ấn phẳng và dàn đều hỗn hợp theo kích thước và hình dạng bạn muốn bằng mặt sau của thìa. Nướng trong khoảng 25 phút.
4. Sau khi lấy bánh ra khỏi lò, chuyển bánh sang giá để nguội.
5. Đừng cố ăn chúng dù chỉ một lần!

57. Minisandías ngon tuyệt

Nguyên liệu

- 2 quả dưa chuột mềm
- 1 miếng dưa hấu hình tim, tốt nhất là loại đặc và sáng màu, bỏ ít hạt nhất
- 1 nhúm hạt mè đen (rang)

Sự chuẩn bị

1. Bắt đầu bằng cách cắt hai đầu của quả dưa chuột, sau đó cắt một đoạn dài 2 "(5 cm) ở mỗi đầu.
2. Để phần ở giữa sang một bên để sử dụng cho mục đích khác (làm salad, v.v.).
3. Đặt từng mảnh hình bán nguyệt vào một đầu và dùng đầu nhỏ của thìa Paris để lấy nửa hình cầu từ mỗi mảnh.
4. Sử dụng kỹ thuật tương tự để khắc những miếng giống hệt nhau ở phần lõi của quả dưa hấu và đặt chúng vào bên trong quả dưa chuột, với mặt phẳng hướng lên trên.
5. Nếu các mảnh không khít nhau, bạn có thể cẩn thận cắt phần thừa bằng dao gọt vỏ.
6. Kết thúc bằng cách ấn hạt vừng đen bằng ngón tay ướt và rải chúng lên bề mặt quả dưa.

58. Đậu gà rang

Nguyên liệu

- 2 hộp 15 ounce (425 g) đậu gà, rửa sạch và để ráo nước
- 1 thìa cà phê bột tỏi
- 2 thìa cà phê bột ớt
- cà phê muối biển
- 2 thìa nước cốt chanh

Sự chuẩn bị

1. Làm nóng lò ở nhiệt độ 400 ° F (200 ° C). Lót giấy dầu vào khay nướng và để sang một bên.
2. Cho đậu gà vào túi nhựa kín một gallon (lít) và thêm gia vị. Lắc đều cho đến khi ngập hoàn toàn.
3. Rải đều đậu gà cay lên khay nướng đã chuẩn bị.
4. Nướng trong 45 đến 55 phút, khuấy đều sau mỗi 15 đến 20 phút để đậu gà chín đều, cho đến khi có màu vàng nâu.
5. Ăn nóng hoặc lạnh như một món ăn nhẹ bất cứ lúc nào.

59. Bánh quế với sốt táo và hạnh nhân

Thành phần

- 100 g yến mạch
- 50 g bột mì (bột nguyên cám)
- 10g hạt chia
- 3g baking soda
- 25 g đường bạch dương
- 50 g bơ hạnh nhân
- 100 g táo xay
- 1 quả chanh (vỏ chanh hữu cơ, bào nhỏ và 1 thìa nước cốt chanh)
- 50 ml sữa hạnh nhân (hoặc sữa thực vật khác, nhiều hơn nếu cần)

sự chuẩn bị

1. Cho các nguyên liệu khô vào máy xay sinh tố để làm bánh quế với sốt táo và hạnh nhân rồi trộn cho đến khi tất cả đều được xay mịn.
2. Trộn nước sốt táo, nước cốt chanh, vỏ chanh, bơ hạnh nhân và sữa hạnh nhân. Từ từ thêm hỗn hợp này vào các thành phần khô và trộn bằng máy trộn cầm tay. Nếu cần, thêm một ít sữa hạnh nhân và nêm đường bạch dương. Để bột nghỉ trong 10 phút.
3. Trong khi đó, hãy làm nóng máy làm bánh quế và nếu cần, hãy phết mỡ vào.

4. Đổ 1 thìa bột vào giữa khuôn nướng bánh quế, đậy nắp lại và nướng bánh quế cùng sốt táo và hạnh nhân trong khoảng 2 phút.

60. Dưa hấu lạnh trên que

Thành phần

- 1/4 quả dưa hấu
- Que gỗ

sự chuẩn bị

1. Đầu tiên, nếu cần, hãy bỏ lõi dưa hấu và cắt thành những hình tam giác nhỏ bằng vỏ.
2. Cắm một thanh gỗ vào mỗi miếng ở mặt dưới của bát. Nếu vỏ quá chặt, hãy dùng dao rạch một đường.
3. Đặt các góc dưa hấu vào tủ đông cho đến khi chúng đông hoàn toàn.
4. Dưa hấu xiên que đã sẵn sàng. Nhưng bạn cũng có thể nhúng chúng vào sữa chua hoặc sô cô la.

CÔNG THỨC NẤU SÚP

61. Súp kem hạt dẻ

Thành phần

- 1 củ hành tây (nhỏ)
- 1 muỗng canh dầu
- 400 g hạt dẻ
- 1500 ml súp rau
- 200 ml kem tươi
- 1 củ khoai tây (nếu cần)
- cây xạ hương
- 1 nhúm muối
- 1 nhúm hạt tiêu
- 1 nhúm hạt nhục đậu khấu (bào)

sự chuẩn bị

1. Đối với súp kem hạt dẻ, hãy lột vỏ hạt dẻ tươi (hoặc nếu muốn nhanh, hãy lấy hạt dẻ đã lột vỏ ra khỏi hộp).
2. Lột vỏ hành tím và cắt thành từng miếng nhỏ. Cũng cắt hạt dẻ đã lột vỏ thành từng miếng.
3. Rang nhẹ hành tím trong dầu ô liu. Thêm hạt dẻ vào và chiên sơ.
4. Đổ súp vào, thêm lá húng tây và đun sôi trong khoảng 30 phút.
5. Sau đó thêm kem tươi vào và đun sôi lại.
6. Dùng máy xay cầm tay xay nhuyễn súp kem hạt dẻ và nêm thêm muối, tiêu.

62. Súp kem bắp cải đỏ và táo

Thành phần

- 6 củ hành tây
- dầu
- 500g cà rốt
- 2 kg bắp cải đỏ
- 4 quả táo (chua)
- 500 ml rượu vang đỏ
- 300 g mứt nam việt quất
- 2 cốc kem chua
- muối
- hạt tiêu
- 1 nhúm hạt nhục đậu khấu
- 1 viên súp
- Giấm rượu đỏ

sự chuẩn bị

1. Bóc vỏ và cắt nhỏ hành tây. Đun nóng dầu trong chảo 9 lít và chiên hành tây cho đến khi vàng nâu.
2. Trong lúc đó, gọt vỏ cà rốt, cắt thành lát dày và cho vào cùng hành tây.
3. Loại bỏ những lá bên ngoài xấu xí của bắp cải đỏ, cắt bắp cải thành bốn phần, loại bỏ phần thân cứng và cắt bắp cải thành sợi mỏng hoặc

cắt thành lát. Gọt vỏ táo, cắt thành tám phần và bỏ lõi.

4. Xào bắp cải và táo cùng với cà rốt và hành tây trong chốc lát, sau đó khử mùi bằng rượu vang đỏ, thêm một ít nước và xào tất cả trong khoảng 30 phút cho đến khi mềm.
5. Cuối cùng thêm mứt nam việt quất, để riêng phần lớn chất lỏng trong một chiếc chảo khác và xay nhuyễn rau. Đổ chất lỏng trở lại, đổ đầy nước đến độ đặc mong muốn và đun nhỏ lửa một lúc.
6. Khuấy kem chua với một hoặc hai thìa súp cho đến khi mịn và trộn vào súp.
7. Nêm nếm muối, hạt tiêu, hạt nhục đậu khấu và hạt súp theo khẩu vị, có thể nêm thêm một chút giấm rượu vang đỏ nếu bạn thích.

63. Tafelspitz sốt mù tạt

Thành phần

- 800 g thịt bò luộc
- 4 củ cà rốt
- 1 cây tỏi tây
- 1 củ cần tây (nhỏ)
- 2 củ hành tây
- 4 lá lá nguyệt quế
- 10 quả bách xù
- 2 tép tỏi
- 10 hạt tiêu
- 2 viên thịt viên cho nước sốt mù tạt:
- 1/2 ly Mostarda Purée (với trái cây hỗn hợp)
- 100 g kem chua
- 2 muỗng canh mayonnaise (đầy)
- 1/3 thìa cà phê bột cà ri
- 100 ml kem tươi
- muối
- hạt tiêu

sự chuẩn bị

1. Đổ nhiều nước vào thịt bò luộc. Khi bắt đầu, hãy hớt bọt thường xuyên.
2. Trong khi đó, rửa sạch cà rốt, tỏi tây, cần tây và hành tây rồi cắt đôi. Thêm rau củ cùng lá nguyệt quế, quả bách xù, đinh hương, hạt

tiêu và viên bouillon vào nước dùng, thêm một ít nước nếu cần. Đậy nắp và nấu trên lửa nhỏ cho đến khi rau củ mềm.

3. Nhấc thịt ra và để sang một bên. Đậy nắp và nấu thịt trước khi sôi cho đến khi thịt cũng mềm.
4. Chuẩn bị nước sốt: $\frac{1}{2}$ ly Vanini Mostarda Purée với trái cây hỗn hợp với kem chua, mayonnaise, cà ri; Trộn muối và hạt tiêu. Đánh bông phần trên cho đến khi cứng và trộn vào nước sốt.
5. Lấy thịt bò luộc ra khỏi súp, thái thành lát dày khoảng 1 cm và giữ ấm trong bát.
6. Làm nóng lại rau trong súp một lần nữa, sau đó xếp chúng cùng với thịt trên đĩa và rưới một ít súp lên trên. Tốt nhất là phục vụ nước sốt riêng.

64. Súp kem rễ trắng

Thành phần

- 3 củ cải đường
- 3 nhánh rau mùi tây
- 3 củ khoai tây (bột, nhỏ)
- 2 tép tỏi
- 1 củ hành tím
- 500 ml nước dùng rau
- muối
- Hạt tiêu (từ nhà máy)
- một số món ăn đậu nành
- Rau mùi tây (để rắc)
- một ít dầu hạt cải

sự chuẩn bị

1. Gọt vỏ củ cải, rễ mùi tây, khoai tây và cắt thành khối lớn để làm súp kem rễ trắng. Gọt vỏ và thái nhỏ hành tím và tép tỏi rồi xào trong dầu.
2. Thêm rau củ và rang sơ qua. Sau đó thêm nước dùng rau và đun nhỏ lửa cho đến khi rau mềm. Xay nhuyễn rau và lọc qua rây. Nêm nếm muối, hạt tiêu và nước tương cho vừa ăn.
3. Có thể thêm nước dùng rau nếu súp quá đặc. Đun sôi lại một lần nữa, xếp súp kem rễ trắng vào đĩa súp và rắc rau mùi tây thái nhỏ và hạt tiêu xay tươi.

65. Súp cải xoong

Thành phần

- 4 củ khoai tây (cỡ vừa, nhiều bột)
- 1 củ hành tây
- một ít dầu
- 2 nắm cải xoong
- 2 thìa cà phê muối (đã san phẳng)
- 4 cốc nước (250 ml)

sự chuẩn bị

1. Đối với súp cải xoong, trước tiên hãy gọt vỏ khoai tây và hành tây rồi cắt thành từng miếng nhỏ.
2. Đun chảy cả hai trong một ít dầu nóng trong chảo rồi thêm 4 cốc nước. Đun nhỏ lửa trong khoảng 15 phút.
3. Bây giờ cho 3/4 lượng cải xoong vào súp và xay nhuyễn bằng máy xay cầm tay.
4. Cuối cùng, chỉ cần thêm muối cho vừa ăn và trang trí súp cải xoong với phần cải xoong còn lại trước khi dùng.

66. Súp khoai tây và su hào

Thành phần

- 1 kg khoai tây
- 1 miếng su hào
- 1-2 lít súp rau
- 2 tép tỏi
- 1 muỗng canh gừng (băm nhỏ)
- 1 muỗng canh sả (xay)
- 1 thìa canh hạt caraway (xay)
- Một ít muối
- 2 thìa cà phê kinh giới (băm nhỏ)

sự chuẩn bị

1. Đối với súp khoai tây và su hào, hãy gọt vỏ khoai tây và cắt thành khối lớn. Gọt vỏ và thái hạt lựu su hào.
2. Cho cả hai loại khối vào nồi và đổ đủ súp vào cho đến khi chúng ngập đều và ninh trong đó. Trong khi nấu, vắt tỏi vào súp.
3. Khi mọi thứ đã mềm, nhấc chảo ra khỏi bếp và nêm gia vị. Nghiền nhuyễn mọi thứ và nếu cần, thêm một ít súp hoặc thêm một ít gia vị.

67. Canh rau bina và đậu phụ

Thành phần

- 75 g đậu phụ
- 50 g rau bina (tươi)
- 250 ml súp rau
- 1 muỗng canh nước tương
- hạt tiêu
- muối

sự chuẩn bị

1. Đối với súp rau bina và đậu phụ, đun sôi súp rau. Cắt đậu phụ thành khối 5x5 mm và cho vào súp đang sôi cùng với nước tương.
2. Giảm nhiệt và đun nhỏ lửa trong 2 phút. Cắt nhỏ rau bina và nấu trong 1 phút, khuấy nhẹ.
3. Nêm muối và hạt tiêu vào súp rau bina và đậu phụ rồi dùng.

68. Súp bọt củ cải đường

Thành phần

- 500 ml nước ép củ cải đường
- 200 g kem đậu nành
- 1 muỗng canh bột súp rau
- Rau mùi tây (cắt nhỏ)
- Hạt tiêu (từ nhà máy)
- Muối nêm

sự chuẩn bị

1. Đối với súp bọt củ cải đường, đun sôi nước ép củ cải đường với bột súp rau. Sau đó thêm kem đậu nành và nêm muối và hạt tiêu.
2. Đánh bọt bằng máy xay cầm tay cho đến khi tạo thành bọt mịn. Chia vào bát súp và rắc rau mùi tây thái nhỏ. Súp củ cải đỏ đã được phục vụ.

69. Nước dùng rau không có muối

Nguyên liệu

- 2 củ hành tây vàng, thái lát
- 3 tép tỏi, băm nhỏ
- 6 củ cà rốt, gọt vỏ và thái lát
- 4 nhánh cần tây, thái lát
- 5 nhánh thì là
- 4 nhánh rau mùi tây
- 4 cây hành lá
- 10 cốc nước

Sự chuẩn bị

1. Thêm hành tây vào nồi lớn trên lửa vừa và khuấy cho đến khi mùi thơm tỏa ra, khoảng một phút. Thêm tỏi, cà rốt, cần tây, thì là, rau mùi tây và hành lá và nấu trong khoảng một phút cho đến khi các loại thảo mộc tỏa ra mùi thơm.
2. Thêm nước và đun sôi. Giảm lửa, đậy nắp nồi và nấu trong 45 phút.
3. Tắt bếp và để khoảng 15 phút cho nước dùng nguội.
4. Lọc nước dùng qua rây và đông lạnh trong xô đá, hoặc đổ vào lọ thủy tinh nếu bạn sử dụng ngay. Nước dùng sẽ để được khoảng một tuần.

70. Súp táo-cà rốt-gừng

Thành phần

- 1 củ hành tây (lớn)
- 2 tép tỏi
- 250 g cà rốt
- 1 củ gừng
- 1/2 quả chanh (nước cốt)
- 1 quả táo
- 125 ml rượu vang trắng (khô)
- 500 ml nước dùng rau
- 1 muỗng canh dầu hạt cải
- muối

sự chuẩn bị

1. Đối với súp táo-cà rốt-gừng, lột vỏ hành tây, tỏi, cà rốt, gừng và táo rồi cắt thành từng miếng nhỏ. Rưới nước cốt chanh lên táo đã lột vỏ.
2. Phi hành tây và tỏi trong một ít dầu, khử mùi bằng rượu và đổ nước dùng rau vào. Sau đó nấu cà rốt trong súp ở lửa vừa cho đến khi mềm.
3. Thêm táo và gừng vào và nấu trong 1 đến 2 phút. Xay nhuyễn súp táo-cà rốt-gừng và nêm muối.

CÔNG THỨC NƯỚC SỐT

71. Gnocchi với sốt cà chua và húng quế

Thành phần

- 1 củ hành tây
- 1 thìa dầu ô liu
- 1 hộp cà chua xay nhuyễn (400 g)
- muối tiêu
- 1 gói gnocchi (thành phẩm, 500 g chưa nấu chín)
- Nước
- muối
- 20 g phô mai parmesan
- 10 lá húng quế

sự chuẩn bị

1. Đối với món gnocchi với sốt cà chua và húng quế, thái nhỏ hành tây. Xào hành tây trong dầu ô liu. Đổ cà chua lên trên, nêm muối và hạt tiêu rồi đun nhỏ lửa trong vài phút.
2. Trong khi đó, cho gnocchi vào nước sôi có pha chút muối và nấu theo hướng dẫn trên bao bì, sau đó vớt ra để ráo.
3. Xếp gnocchi vào đĩa sâu, rưới nước sốt cà chua lên trên, ăn kèm với phô mai Parmesan bào và rắc lá húng quế hái thô lên trên.

72. Nước sốt thịt nướng

Thành phần

- 1 củ hành tây
- 2 tép tỏi
- 1 củ gừng (nhỏ)
- 1-2 quả ớt
- 2 nhánh húng tây
- 2 nhánh hương thảo
- 1 thìa hạt rau mùi (xay)
- 100 g đường (nâu)
- 2 quả cam (nước ép)
- 1 quả chanh (nước cốt)
- 2 muỗng canh nước sốt Worcestershire
- 500 g tương cà chua (hoặc sốt cà chua)
- 1 thìa canh mù tạt ngải giấm
- 1 thìa canh bột ớt bột (hun khói hoặc bình thường)
- muối
- hạt tiêu
- dầu ô liu

sự chuẩn bị

1. Đối với nước sốt BBQ, trước tiên hãy bóc vỏ hành tây, tỏi và gừng rồi trộn với ớt trong máy xay thực phẩm thành hỗn hợp nhuyễn.

2. Đun nóng một ít dầu ô liu trong chảo. Thêm hỗn hợp với gia vị, thảo mộc và đường và đun trong 5 phút. Làm mất mùi tanh bằng nước cam và nước chanh và đun nhỏ lửa.
3. Thêm tương cà, mù tạt, nước sốt Worcestershire và bột ớt bột rồi đun nhỏ lửa trong khoảng 30 phút.
4. Đổ nước sốt BBQ qua rây và nêm thêm muối và hạt tiêu.

73. Nước sốt thảo mộc lạnh

Thành phần

- 200 ml kem chua
- 100g mayonnaise
- 1 tép tỏi (băm nhỏ)
- 1 thìa cà phê mù tạt
- 50g dưa chuột
- 1 muỗng canh hẹ (băm nhỏ)
- 1 muỗng canh rau mùi tây (băm nhỏ)
- 1/2 muỗng canh cây lưu ly (dưa chuột thái nhỏ)
- 1/2 muỗng canh thì là (thái nhỏ)
- 1/2 muỗng canh lá chanh (thái nhỏ)
- 1/2 muỗng canh Lustock (cần tây thái nhỏ)
- 1/2 muỗng canh ngải giấm (băm nhỏ)
- muối
- đường
- Hạt tiêu trắng

sự chuẩn bị

1. Trộn kem chua với sốt mayonnaise. Bào dưa chuột trên máy bào hoặc băm nhỏ (bằng dao chặt). Trộn với tỏi và mù tạt. Trộn tất cả các loại thảo mộc băm nhỏ. Nêm nếm muối, đường và hạt tiêu trắng cho vừa ăn.

74. Khoai tây nướng sốt xanh

Thành phần

- 100 g thảo mộc nấu ăn
- 125 g quark
- 1 cốc sữa chua (1,5% chất béo)
- Muối nêm
- hạt tiêu
- 500 g khoai tây
- 1 muỗng canh bơ
- 2 quả trứng

sự chuẩn bị

1. Rửa sạch, lau khô và gọt vỏ các loại thảo mộc nếu cần. Để riêng một số loại thảo mộc để dùng, thái nhỏ phần còn lại.
2. Trộn quark với sữa chua và thêm thảo mộc. Nêm muối thảo mộc và hạt tiêu.
3. Đun sôi khoai tây trong nồi nước và đun nhỏ lửa cho đến khi chín. Sau đó gọt vỏ và cắt thành lát.
4. Đun nóng bơ trong chảo và nướng những lát khoai tây cho đến khi có màu nâu.
5. Trong khi đó, luộc trứng trong nồi nước cho đến khi trứng chuyển sang màu sáp. Sau đó, bóc vỏ và cắt đôi.

6. Phết nước sốt xanh lên hai đĩa, đặt nửa quả trứng lên trên và bày khoai tây chiên bên cạnh. Ăn kèm với rau thơm.

75. Sốt cà chua xay nhuyễn

Thành phần

- 1 muỗng canh dầu ô liu
- 1/4 củ hành tây
- 1 tép tỏi
- 850 g cà chua (thái hạt lựu, đóng hộp)
- 1 muỗng canh bột cà chua
- 1/2 nhánh húng quế
- muối
- Hạt tiêu (từ nhà máy)

sự chuẩn bị

1. Đầu tiên, lột vỏ và băm nhỏ hành tây và tỏi. Hái húng quế và băm nhỏ.
2. Phi thơm hành tây và tỏi trong dầu ô liu. Thêm sốt cà chua và rưới lên cà chua.
3. Đun nhỏ lửa trong khoảng 15 phút để cà chua rã ra và làm giảm lượng nước sốt.
4. Để có loại nước sốt mịn hơn mà không bị vỡ vụn, bạn có thể xay nhuyễn và/hoặc lọc.
5. Nêm nước sốt với muối, hạt tiêu và húng quế.

76. Nước sốt bí ngô

Thành phần

- 1 củ hành tây (vừa)
- 1 quả bí ngô (Hokkaido nhỏ)
- 175 g Philadelphia (thảo mộc, kem tươi)
- 200 g brunch (thảo mộc)
- Cổng Mặt Trời (Kẻ chế tạo vũ khí)

sự chuẩn bị

1. Lột vỏ hành tây, thái nhỏ và phi thơm với một ít dầu. Bỏ lõi bí ngô, cắt thành khối vuông và nướng.
2. Đổ một ít nước (tối đa 125 ml) và đun nhỏ lửa.
3. Dùng dụng cụ nghiền khoai tây nghiền nát bí ngô mềm, thêm phô mai kem, nêm muối, hạt tiêu và gia vị cay (có thể thêm ớt).
4. Nếu cần, hãy pha loãng với một ít sữa.

77. Nước sốt ớt bột trái cây

Thành phần

- 2 quả ớt (đỏ)
- 1 củ cà rốt
- 1 quả cà chua thịt
- 1 củ hành tây (nhỏ)
- 1 quả táo
- 1/4 thìa cà phê muối
- 1 miếng gừng (nhỏ)
- 200 ml nước
- rau oregano
- Nghệ

sự chuẩn bị

1. Đối với nước sốt ớt bột trái cây, cắt ớt chuông, cà rốt, cà chua, hành tây và táo. Cho gia vị và gừng vào nồi cùng với nước và hấp.
2. Không xay nhuyễn bằng máy xay cầm tay để vẫn còn sót lại một vài mảnh.

78. Sốt cà chua với rau

Thành phần

- 2 kg cà chua
- 100 g Zeller (đã làm sạch)
- 2 củ hành tây
- 3 quả táo
- 3 củ cà rốt
- 1 bó thảo mộc
- 5 muỗng canh dầu ô liu
- 1 củ cải đường (nhỏ)

sự chuẩn bị

1. Đối với nước sốt cà chua, hãy chần cà chua bằng nước nóng để dễ lột vỏ hơn. Sau khi lột vỏ, cắt đôi và loại bỏ phần bên trong quả cà chua.
2. Cắt nhỏ các loại rau củ khác, xào trong dầu ô liu, thêm miếng cà chua vào và đun nhỏ lửa trong khoảng 1 giờ.
3. Sau đó lấy bó gia vị ra (tôi luôn kết hợp một ít húng tây, kinh giới, xô thơm và hương thảo với nhau) và xay nhuyễn nước sốt.

79. Sốt cà chua Tây Ban Nha

Thành phần

- 5 quả cà chua (chín hoàn toàn)
- 1 quả ớt (bỏ hạt và thái nhỏ)
- 4 tép tỏi (băm nhỏ)
- 3 muỗng canh hạnh nhân (xay)
- 2 cl sherry (khô)
- muối
- 1 thìa đường
- 1/8 lít dầu ô liu
- hạt tiêu

sự chuẩn bị

1. Đối với nước sốt cà chua, hãy lột vỏ và thái hạt lựu cà chua rồi trộn đều với hạnh nhân, tỏi và ớt.
2. Khuấy thật chậm dầu ô liu và nêm nước sốt cà chua với rượu sherry, muối, hạt tiêu và đường.

80. Nước sốt bí đỏ và dừa nóng

Thành phần

- 1 muỗng canh dầu ăn
- 1/2 củ hành tây (thái nhỏ)
- 500 g bí ngô (gọt vỏ, thái hạt lựu)
- 1 củ cà rốt (lớn, nạo thô)
- 1 rễ mùi tây (rễ mùi tây, nạo thô)
- 1/4 củ cần tây (bào thô)
- Muối nêm (ví dụ: Vegeta; tùy khẩu vị)
- 1/2 thìa cà phê bột ớt (đã phủ)
- 1 lon nước cốt dừa (không đường)

sự chuẩn bị

1. Đun nóng dầu trong chảo và phi thơm hành tây.
2. Thêm bí ngô, cà rốt, rau mùi tây và cần tây vào và rang. Thêm một ít muối và thêm 1 cốc nước. Đun nhỏ lửa trong khoảng 10 phút.
3. Ngay khi rau đã cứng lại, rắc bột ớt lên trên và rưới nước cốt dừa lên trên.
4. Khuấy đều trước khi dùng và thêm muối nếu cần.

81. Sốt táo đỏ và củ cải đường

Nguyên liệu

- 2 cốc táo chưa gọt vỏ, thái hạt lựu hoặc bào
- 1 cốc anh đào không xương hoặc quả mọng hỗn hợp
- 1 cốc củ cải đường nạo chưa gọt vỏ
- 1 thìa canh bột nhão chà là
- $\frac{1}{2}$ thìa cà phê quế
- 2 thìa nước

Sự chuẩn bị

1. Cho tất cả nguyên liệu vào nồi.
2. Đun sôi và nấu cho đến khi táo và củ cải đường mềm trong vòng 10-15 phút.
3. Dùng dụng cụ nghiền khoai tây nghiền nát hoặc cho vào máy xay thực phẩm để có hỗn hợp mịn hơn.
4. Ăn riêng hoặc dùng để trang trí cho bữa tiệc Halloween.

82. Nước sốt nam việt quất và cam

Nguyên liệu

- Vỏ và nước ép của một quả cam
- $\frac{1}{2}$ cốc xi-rô cây phong
- 1 túi (12 oz - 340 g) quả nam việt quất đỏ tươi
- 1 thìa quế

Sự chuẩn bị

- Trong một chiếc chảo nhỏ, cho tất cả các nguyên liệu vào và đun sôi. Giảm nhiệt độ và đun nhỏ lửa trong 15 phút hoặc cho đến khi quả việt quất vỡ ra và nước sốt bắt đầu đặc lại.
- Đổ hỗn hợp vào bát và để trong tủ lạnh cho đến khi hỗn hợp nguội, ít nhất là trong một giờ.

83. Nước sốt nam việt quất

Nguyên liệu

- 1 phần tư (946 ml) nước ép táo
- $\frac{1}{4}$ cốc siro gạo lứt
- $\frac{1}{4}$ cốc xi-rô cây phong
- 8 thìa canh thạch agar dạng vảy
- 3 cốc nam việt quất đỏ sống
- 1 thìa quế
- 1 quả chanh, dùng nước cốt chanh và vỏ chanh bào
- 1 nhúm muối biển (tùy chọn)

Sự chuẩn bị

- Trộn nước ép táo với xi-rô gạo, xi-rô cây phong và bột agar trong nồi hầm 3 lít. Đun sôi và đánh để pha loãng bột.
- Lấy quả nam việt quất và quế ra khi nhiệt độ giảm. Đậy nắp và nấu cho đến khi nam việt quất mềm trong khoảng 10 phút.
- Nhấc khỏi bếp, thêm nước cốt chanh và vỏ chanh.
- Đổ tất cả vào hộp thủy tinh hoặc khuôn rồi cho vào tủ lạnh; phải mất gần hai giờ để nước sốt nam việt quất đặc lại.

84. Mứt cà chua cay

Nguyên liệu

- 4 cốc cà chua bi hoặc nho, cắt đôi
- $\frac{1}{4}$ cốc siro cây phong nguyên chất
- 2 tép tỏi, băm nhỏ
- $1\frac{1}{2}$ thìa cà phê thìa là xay hoặc tùy khẩu vị
- 1 thìa cà phê ớt đỏ tươi băm nhỏ (tùy chọn)
- $\frac{1}{2}$ thìa cà phê ớt đỏ nghiền nát hoặc tùy khẩu vị

Sự chuẩn bị

1. Trong một chiếc chảo vừa, trộn cà chua cắt đôi và siro cây phong trên lửa vừa nhỏ. Nấu trong năm phút hoặc cho đến khi cà chua bắt đầu tiết ra nước, thỉnh thoảng khuấy đều.
2. Thêm tỏi, thìa là, gừng, ớt đỏ (nếu bạn dùng), ớt đỏ nghiền và muối biển. Khuấy đều mọi thứ trong chảo và đun nhỏ lửa. Giảm nhiệt xuống mức thấp, đậy nắp và đun nhỏ lửa trong 30 đến 35 phút, khuấy đều sau mỗi 5 đến 10 phút.
3. Mở nắp và đun nhỏ lửa trong 5 đến 10 phút để loại bỏ bớt chất lỏng dư thừa. Nhấc hỗn hợp ra khỏi bếp và để nguội. Chuyển vào lọ kín và bảo quản trong tủ lạnh đến một tuần.

85. Nước sốt tartar thuần chay

Thành phần

- 50 ml sữa đậu nành
- 100 ml dầu hạt cải
- 1/2 thìa nước cốt chanh
- 2 thìa mù tạt
- 30 gram dưa chua
- 20 g nụ bạch hoa
- 1 muỗng canh rau mùi tây (băm nhỏ)
- 1 thìa đường
- muối
- hạt tiêu

sự chuẩn bị

1. Đối với nước sốt tartar, thái nhỏ dưa chua và nụ bạch hoa. Đổ sữa đậu nành, dầu và nước cốt chanh vào bình xay sinh tố. Trộn bằng máy xay cầm tay cho đến khi đạt được độ sánh mịn (khoảng 30 giây).
2. Trộn kem với dưa chua, nụ bạch hoa, mù tạt, rau mùi tây, đường và hạt tiêu. Thêm muối và đường cho vừa ăn. Nước sốt Tartare rất hợp với nấm nướng.

MÓN ĂN KÈM VÀ MÓN CHÍNH

86. Burrito bông cải xanh

Nguyên liệu

- 1 bó bông cải xanh (khoảng 2 cốc)
- 1 hộp 15 ounce (425 g) đậu gà
- $\frac{1}{2}$ cốc ớt chuông đỏ rang
- 3 thìa nước cốt chanh
- 6 chiếc bánh ngô (không chứa bột hoặc không chứa gluten)
- 6 thìa nước sốt (nhiều hay ít tùy khẩu vị)

Sự chuẩn bị

1. Cắt hoặc bẻ bông cải xanh thành từng bó. Gọt vỏ thân và cắt thành từng lát dày 1/2 inch (1,2 cm). Chỉ hấp chúng trong nước sôi cho đến khi mềm, khoảng 5 phút.
2. Vớt đậu gà ra và cho vào máy xay thực phẩm cùng với ớt chuông và nước cốt chanh. Xay cho đến khi hết cục.
3. Rải khoảng 1/4 cốc hỗn hợp đậu gà vào trứng ốp la và đặt úp mặt trứng vào chảo lớn nóng. Đun nóng bánh tortilla cho đến khi mềm, khoảng 2 phút.
4. Rải một hàng bông cải xanh đã nấu chín vào giữa bánh tortilla và rưới một ít nước sốt lên trên. Gấp phần dưới của bánh tortilla lên, sau đó, từ một bên, cuộn bánh tortilla xung quanh bông cải xanh. Lặp lại bước 3 và 4 với phần bánh tortilla còn lại.

87. Cà tím và nấm với nước sốt đậu phộng

Nguyên liệu

- 1 quả cà tím lớn
- 1 củ hành tây vàng nhỏ
- 1 gói 12 ounce (340 g) nấm (trắng, cremini hoặc Portobelo nhỏ)
- $\frac{1}{2}$ cốc nước dùng rau hoặc nước
- Muối biển vừa ăn (tùy chọn)

Đối với nước sốt

- ⅓ cốc bơ đậu phộng tự nhiên
- $\frac{1}{4}$ cốc nước hoặc nước dùng rau ít natri
- 1 thìa siro agave
- 1 thìa canh nước tương ít natri (sử dụng nước tương không chứa lúa mì nếu bạn bị dị ứng với gluten)
- 1 thìa canh giấm balsamic

Sự chuẩn bị

1. Cắt cà tím thành từng miếng khoảng 1 inch (2,5 cm) và ngâm chúng trong nước muối vừa đủ trong 15 phút. Trong khi đó, cắt và băm nhỏ hành tây, chẻ nấm thành bốn. Trong nước, xào hành tây cho đến khi mềm. Rửa sạch cà tím và để ráo. Cho cà tím và nấm trở lại chảo với nước ngâm từ cà tím. Đậy nắp và để nấu cho đến khi cà tím mềm (5 đến 10 phút). 7

2. Khi hỗn hợp mịn và sánh, bỏ siro agave, nước tương và giấm ra rồi xay cho đến khi hỗn hợp không còn cục nữa.
3. Rưới nước sốt trong chảo lên rau đã xào. Nấu ở lửa nhỏ và khuấy cho đến khi nước sốt sánh lại, ngập rau trong một hoặc hai phút. Ăn cơm nóng và đậu hấp hoặc các loại rau xanh khác với lựa chọn của bạn.

88. Fettuccine với bông cải xanh và hạt thông

Nguyên liệu

- 1 pound bông cải xanh
- 8 ounce fettuccine (sử dụng mì ống không chứa gluten nếu bạn bị dị ứng với gluten)
- 4 quả cà chua lớn, thái hạt lựu (hoặc một hộp 28 ounce hoặc 794 gram cà chua thái hạt lựu)
- 2 thìa hạt thông
- 4 tép tỏi lớn, băm nhỏ
- $\frac{1}{4}$ thìa cà phê muối (tùy chọn)
- $\frac{1}{4}$ thìa ớt bột đỏ (hoặc một nhúm ớt cayenne)

Sự chuẩn bị

- Súp lơ xanh chẻ đôi hoặc cắt thành từng bó; gọt vỏ và thái nhỏ thân. Hấp súp lơ xanh trong khoảng 5 phút cho đến khi mềm.
- Luộc mì ống cho đến khi mềm. Vớt ra và rửa sạch nhanh chóng.
- Trong khi nấu mì ống, xào tỏi, ớt đỏ hoặc ớt cayenne và hạt thông trong nước trong 1 phút. Thêm cà chua và nấu trong 7 phút ở lửa vừa. Thêm bông cải xanh.
- Trải đều hỗn hợp và đổ nước sốt lên một chiếc đĩa lớn. Dùng ngay.

89. Bột làm bánh pizza với bột mì nguyên cám và đậu đen

Nguyên liệu

- $\frac{3}{4}$ cốc đậu đen (khoảng $\frac{1}{2}$ hộp 15 ounce hoặc 425 g)
- ⅓ cốc nước
- 1 ⅔ cốc nước ấm
- $1\frac{1}{4}$ thìa đường (hoặc chất tạo ngọt tùy chọn, tùy ý, nhưng nên dùng để nuôi men)
- $2\frac{1}{4}$ thìa cà phê men
- $1\frac{1}{2}$ cốc bột mì làm bánh mì
- 1 cốc bột mì
- $\frac{1}{2}$ thìa cà phê muối (tùy chọn)

Sự chuẩn bị

1. Rửa sạch và để ráo đậu, sau đó xay nhuyễn trong máy xay sinh tố hoặc máy chế biến thực phẩm với 1/3 cốc nước cho đến khi không còn cục. Thêm nước khi cần (tăng thêm 1 thìa canh mỗi lần).
2. Trộn đều nước nóng, đường, men và đậu xay nhuyễn với nhau.
3. Trộn bột mì và muối, từ từ đổ vào hỗn hợp men (nếu bạn không sử dụng máy làm bánh mì, hãy khuấy đều trong khi thêm hỗn hợp bột mì).
4. Nhào cho đến khi bột có độ đàn hồi, để bột nở và đậy kín, ít nhất trong một giờ.

5. Nặn bột bánh pizza thành một khay nướng không phết mỡ, chỉ phết một ít mỡ.
6. Cho các nguyên liệu và nước sốt hoặc các loại nước sốt vào khối bột đã nhào.
7. Nướng trong 20 phút (hoặc cho đến khi các nguyên liệu chín).

90. Rau bina tỏi

Nguyên liệu

- 1 bó rau bina tươi lớn
- 3 tép tỏi
- 1 thìa dấm
- Nước hoặc nước dùng rau ít natri để xào

Sự chuẩn bị

- Rửa sạch rau bina.
- Lột vỏ và băm nhỏ tỏi.
- Xào tỏi trong nước hoặc nước dùng rau ở lửa vừa cho đến khi tỏi mềm.
- Cho rau bina vào chảo nóng. Dùng kẹp lật rau bina cho đến khi tất cả đều gần héo.
- Rắc giấm và hạt tiêu đen rồi dùng.

91. Khoai lang!

Nguyên liệu

- 2 đến 3 củ khoai mỡ hoặc khoai lang (khoai mỡ đỏ tạo nên món ăn rất nhiều màu sắc)
- 2 đến 3 quả táo
- 1 thìa mứt hoặc trái cây phết (100% trái cây, không thêm đường, đào, cam hoặc dứa)
- $\frac{1}{2}$ cốc nước cam

Sự chuẩn bị

1. Làm nóng lò ở nhiệt độ 300-350 ° F (177 ° C).
2. Gọt vỏ và thái lát mỏng khoai lang và táo.
3. Trộn trái cây phết và nước cam.
4. Đặt khoai lang và táo vào khay nướng.
5. Đổ hỗn hợp cam lên khoai lang và táo rồi đậy nắp hoặc đậy bằng nhôm.
6. Nướng trong 45 phút ở nhiệt độ 350 ° F (177 ° C).
7. Khoai lang sẽ chín khi bạn có thể dễ dàng dùng nĩa đâm vào.

92. Khoai tây nghiền tỏi

Nguyên liệu

- 8 củ khoai tây đỏ cỡ vừa
- $\frac{1}{2}$ thìa cà phê hạt tiêu đen
- 10 đến 12 tép tỏi tươi
- 1 đến 2 cốc nước khoai tây
- 1 cốc sữa không đường
- Nước hoặc nước dùng rau ít natri để xào
- Muối hoặc hạt tiêu cho vừa ăn (tùy chọn)

Sự chuẩn bị

1. Cắt khoai tây thành tám phần (giữ nguyên vỏ).
2. Đổ nước ngập và đun sôi ở lửa vừa cho đến khi mềm, khoảng 15 phút.
3. Lột vỏ, đập dập và băm nhỏ tép tỏi.
4. Xào tỏi trong một chiếc chảo nhỏ với nước hoặc nước dùng rau cho đến khi tỏi mềm. Để sang một bên.
5. Đổ khoai tây đã nấu chín vào bát để lấy nước.
6. Dùng máy nghiền thủ công hoặc máy trộn điện để nghiền khoai tây. Thêm một cốc nước từ khoai tây và thêm muối, hạt tiêu và tỏi xào.
7. Thêm nước từ khoai tây hoặc sữa nếu cần để có được hỗn hợp sánh mịn.
8. Dùng ngay món nghiền hoặc giữ trong lò nướng nóng, đậy kín cho đến khi sẵn sàng ăn.

93. Khoai tây nướng nhồi

Nguyên liệu

- 2 củ khoai tây Russet hoặc Yukon (khoai tây vàng), mỗi củ khoảng 8 ounce (227 g)
- 1/3 cốc sữa không có sữa, đơn giản, không có chất tạo ngọt
- 4 thìa hummus, không dầu
- 1 cốc rau đã nấu chín và thái nhỏ (hành tây, bông cải xanh, súp lơ, v.v.)
- $\frac{1}{2}$ thìa cà phê nước sốt cay
- $\frac{1}{2}$ thìa cà phê muối kosher (tùy chọn)

Sự chuẩn bị

1. Làm nóng lò ở nhiệt độ 300-375 ° F (190 ° C). Chuẩn bị khoai tây để nướng bằng cách rửa sạch và đâm nhiều lần bằng nĩa hoặc dao để khói thoát ra trong quá trình nướng.
2. Nướng trong khoảng một giờ, hoặc cho đến khi mềm khi cắm nĩa vào. Lấy khoai tây ra khỏi lò và để yên cho đến khi chúng nguội đủ để chạm vào. Cắt khoai tây theo chiều dọc.
3. Dùng thìa nạo phần bên trong của khoai tây và cho vào bát, cẩn thận không làm vỡ vỏ. Để lại một phần nhỏ của khoai tây để làm giá đỡ.
4. Đặt vỏ khoai tây đã chuẩn bị lên khay nướng.
5. Trộn phần bên trong của khoai tây trong một cái bát, cùng với các thành phần còn lại, và trộn đều chúng. Đổ hỗn hợp trở lại vỏ khoai

tây đều cho đến khi mỗi nửa tròn và gần tràn ra. Đặt chúng trở lại lò nướng và nướng cho đến khi nóng, khoảng 15 phút. Lấy ra khỏi lò và dùng ngay.

94. Cơm cà ri

Nguyên liệu

- 1 củ hành tây thái nhỏ
- 5 hoặc 6 cốc gạo lứt đã nấu chín
- 2 thìa cà phê bột cà ri
- 1 gói 16 ounce (454 g) đậu Hà Lan và cà rốt đông lạnh, hấp và để ráo
- Muối (tùy chọn) và hạt tiêu cho vừa ăn
- $\frac{1}{4}$ cốc nho khô, xay
- $\frac{1}{4}$ cốc hạnh nhân sống, phi lê và rang

Sự chuẩn bị

1. Xào hành tây thái lát trong chảo chống dính cho đến khi vàng nâu. Thêm một ít nước nếu cần để hành tây không bị dính vào chảo.
2. Thêm gạo lứt đã nấu chín, bột cà ri, đậu hấp và cà rốt vào hành tây vàng. Trộn đều.
3. Nêm muối (tùy chọn) và hạt tiêu cho vừa ăn. Trộn hỗn hợp cơm cà ri với nho khô và hạnh nhân rồi dùng ngay.

95. Khoai tây nghiền

Nguyên liệu

- 3 pound khoai tây, hỗn hợp màu đỏ và vàng (Yukon Gold)
- ½ nắm rau mùi tây
- ¼ cốc men dinh dưỡng
- ½ thìa cà phê hạt tiêu đen
- 2 cốc sữa hạnh nhân tự nhiên
- ½ thìa bột hành tây
- 1 thìa tỏi xay

Sự chuẩn bị

1. Rửa sạch và cắt khoai tây thành từng miếng lớn, có kích thước tương đương. Cho khoai tây vào nồi lớn, đổ nước ngập khoai và đun sôi cho đến khi khoai chín mềm, từ 7 đến 10 phút. Trong khi đó, rửa sạch và cắt rau mùi tây.
2. Kiểm tra khoai tây bằng dao; Khoai tây sẽ trượt giữa các lát khoai tây khi đã chín. Vớt khoai tây ra. Thưởng thức hơi nước trên mặt.
3. Đặt khoai tây trở lại nồi nóng. Để khoai tây hấp, để chúng giải phóng một ít chất lỏng. Thêm các thành phần còn lại: rau mùi tây, sữa hạnh nhân, men dinh dưỡng, muối, hạt tiêu, bột hành tây, tỏi hạt. Sử dụng máy ép khoai tây để nghiền nát mọi thứ lại với nhau. Thử nghiền để điều chỉnh gia vị.

96. Nhân truyền thống

Nguyên liệu

- ½ cốc nước dùng rau
- 1 thìa nước tương ít natri hoặc tamari
- 4 cốc bánh mì không chứa gluten hoặc bánh mì nguyên cám
- ½ chén hành tây thái nhỏ
- 1 cốc cần tây thái nhỏ
- 1 thìa canh men dinh dưỡng
- ½ thìa cà phê gia vị cho chim
- ½ thìa cà phê bột tỏi
- ½ thìa cà phê rau mùi tây khô

Sự chuẩn bị

1. Làm nóng lò ở nhiệt độ 350 độ F.
2. Trong một cái bát nhỏ, trộn hạt lanh đất với nước và để riêng trong 10 phút.
3. Trộn tất cả các nguyên liệu khô vào một cái bát lớn.
4. Cắt táo thành lát mỏng và xếp vào hộp đựng.
5. Thêm bí đỏ nghiền, chiết xuất vani, hạt lanh gốc nước và hỗn hợp táo chà là vào và trộn đều.
6. Trộn đều các nguyên liệu khô và trộn đều với táo. Nếu hỗn hợp có xu hướng quá khô, hãy thêm nước.
7. Đổ hỗn hợp vào một đĩa nướng thích hợp và nướng trong 30-35 phút.

97. Nhân cơm thập cẩm Quinoa

Nguyên liệu

- $\frac{1}{2}$ thìa cà phê xô thơm
- 1 thìa cà phê húng tây
- 1 thìa cà phê hương thảo
- $\frac{1}{2}$ chén gạo lứt
- 1 $\frac{1}{2}$ cốc hạt diêm mạch
- 1 cốc gạo lứt hoặc hỗn hợp gạo
- $\frac{1}{2}$ cốc nước cam vắt tươi
- 2 $\frac{1}{2}$ cốc nước dùng rau
- $\frac{1}{2}$ muối biển
- 1 cốc cà rốt nạo
- 1 cốc hạt lựu (tùy chọn)
- 1 cốc quả lý gai (tùy chọn)

Sự chuẩn bị

1. Đun nóng nồi trên lửa vừa.
2. Thêm gia vị vào nồi và xào trong 30 giây.
3. Thêm gạo lứt, hạt diêm mạch và gạo lứt vào khuấy trong 1 phút.
4. Thêm nước cam, nước dùng rau và muối biển, khuấy đều.
5. Đun sôi, đậy nắp và giảm lửa xuống mức trung bình thấp và nấu trong 45 phút.
6. Nhấc khỏi bếp, thêm cà rốt và trái cây vào và dùng.

98. Chảo rau bina và rau củ nhanh

Thành phần

- 1000 g lá rau bina (tươi)
- 1 củ thì là
- 1 quả ớt chuông (đỏ)
- 200g cà chua bi
- 1 củ hành tây (đỏ)
- 2-3 tép tỏi
- 1 nắm hạt thông
- Dầu ô liu (nguyên chất)
- muối
- hạt tiêu

sự chuẩn bị

1. Đối với món rau bina và rau nhanh, rửa sạch rau, phân loại rau bina. Bóc vỏ hành tây và tỏi. Cắt nhỏ thì là và hành tây. Bỏ cuống và hạt khỏi ớt bột và cắt thành từng miếng nhỏ. Cắt tỏi thành lát.
2. Đun nóng dầu ô liu, xào hành tây, thêm thì là, tỏi, ớt chuông và cà chua rồi chiên tất cả. Thêm rau bina tươi và để nó xẹp xuống. Rang hạt thông trong một chiếc chảo khác không có mỡ cho đến khi chúng có mùi thơm và rắc chúng lên trên chảo rau bina và rau.

99. Cơm rang và cà rốt hầm

Thành phần

- 200 g gạo lứt
- 475 ml nước
- 1 củ cải vàng
- 1 củ cà rốt
- 1 củ cần tây
- 2 cây cần tây
- 2 củ hành tím
- 2 tép tỏi
- 4 nhánh húng tây
- 1 quả chanh
- 3 muỗng canh dầu hướng dương
- muối
- hạt tiêu

sự chuẩn bị

1. Gọt vỏ rau củ, hành tím và tỏi rồi thái hạt lựu, để riêng lá cần tây. Chà xát vỏ chanh, vắt lấy nước cốt.
2. Đun sôi các phần rau và vỏ với 500 ml nước, nêm muối và đun nhỏ lửa trong khoảng 10 phút. Sau đó đổ qua rây và sử dụng như súp rau cho món hầm.
3. Đun sôi gạo lứt trong súp rau, sau đó đun ở lửa nhỏ trong 20-25 phút, vớt ra (thu lại súp) và để riêng.
4. Đun nóng dầu hướng dương trong một chiếc chảo lớn và từ từ chiên rau với húng tây mà

không chuyển màu. Đổ phần súp rau còn lại vào và đun ở lửa nhỏ cho đến khi mềm.

5. Trộn rau đã nấu chín với cơm và nêm thêm nước cốt chanh, muối và hạt tiêu.
6. Xếp món hầm vào đĩa sâu và trang trí bằng vỏ chanh và lá cần tây.

100. Cà ri khoai tây xanh với đậu Hà Lan

Thành phần

- 700 g khoai tây (sáp)
- 250 g đậu Hà Lan (đông lạnh)
- 800 ml nước cốt dừa
- 2-3 muỗng canh bột cà ri xanh Thái
- 2 nhánh sả
- 2 lá chanh kefir
- 1 bó rau mùi (tươi)
- 1 quả ớt (xanh)
- 1 quả chanh (hữu cơ)
- muối

sự chuẩn bị

1. Đối với món cà ri khoai tây xanh với đậu Hà Lan, đun sôi hỗn hợp cà ri xanh trong nước cốt dừa, khuấy nhiều lần để tạo thành nước sốt sánh mịn.
2. Gọt vỏ khoai tây và cắt thành khối vuông có kích thước khoảng 1 cm.
3. Bóp sả để tinh dầu trong sả có thể thoát ra ngoài tốt hơn.
4. Hấp khoai tây trong nước sốt cà ri với sả và lá liemtten cho đến khi mềm. Ngay trước khi kết thúc thời gian nấu, thêm đậu Hà Lan và nấu chúng trong chốc lát. Nêm cà ri với nước ép và một ít vỏ chanh và muối. Vớt lá chanh và sả ra.

5. Rửa sạch và nhổ lá rau mùi rồi trộn với cà ri. Ăn cà ri khoai tây xanh với đậu Hà Lan nóng cùng cơm basmati.

PHẦN KẾT LUẬN

Không ai thay đổi thói quen ăn uống của mình chỉ sau một đêm. Cơ thể và tâm trí cần thời gian để thích nghi với những thay đổi. Nếu bạn muốn thử nghiệm, hãy bắt đầu bằng cách chọn một ngày thực hiện các lựa chọn tuân theo tiêu chí của chế độ ăn dựa trên thực vật và tăng dần những ngày này.

www.ingramcontent.com/pod-product-compliance
Lightning Source LLC
LaVergne TN
LVHW010021081026
849535LV00016B/2115